ലോകാവസാനം

രാജൻ ആൻഡ്രൂസ്

ഉള്ളടക്കം

ഉള്ളടക്കം

കടപ്പാട്

Lokavasanam

(Malayalam)

Rajan Andrews

Published by : Rising from Heaven Ministries

Thiruvananthapuram, Kerala, India.

Typeset. : Excellent Printers

Trivandrum.

Copies

2010 - 3000 copies

2014 - 3000 copies

2015 - 3000 copies

2016 - 3000 copies

2017 - 3000 copies

2018 - 4000 copies

അവതാരിക

ലോകം അതിന്റെ അന്ത്യത്തോട് അടുത്തിരിക്കുന്നു. ഇത് ക്രൈസ്തവരുടെ മാത്രം വിശ്വാസമല്ല. ഇതര വിശ്വാസപ്രമാണം ഉള്ളവരും അത് തന്നെ കരുതുന്നു. ഹൈന്ദവ വിശ്വാസികളെ സംബന്ധിച്ചിടത്തോളം ഇത് കലിയുഗമാണ്. അവസാന യുഗം. പക്ഷേ ഇത് എപ്പോൾ എങ്ങനെ സംഭവിക്കും എന്നുള്ളതിനാണ് പ്രസക്തി.

കർത്താവായ യേശുക്രിസ്തു മനുഷ്യാവതാരമെടുത്ത് ഈ ഭൂമിയിൽ പാർത്തിരുന്ന നാളിൽ തൻ്റെ ശിഷ്യന്മാർ ഈ വിഷയം യേശുവിനോട് അവതരിപ്പിച്ചു. മത്തായി ഇരുപത്തിനാലാം അധ്യായത്തിൽ പറയുന്നതുപോലെ യുദ്ധങ്ങളും യുദ്ധശ്രുതികളെയും കുറിച്ച് കേൾക്കും.

ജാതി ജാതിയോടും രാജ്യം രാജ്യത്തോടുമെതിർക്കും. ക്ഷാമവും ഭൂകമ്പവും അവിടെവിടെ ഉണ്ടാകും ജനങ്ങൾ സ്വസ്നേഹികളായി മാറും. ദേശത്ത് സമാധാനം ഇല്ലാത്ത അവസ്ഥ വന്നുചേരും എന്നെല്ലാം യേശുക്രിസ്തു മറുപടി നൽകി. എന്നാൽ ഇവയൊന്നും അന്ത്യകാല സംഭവങ്ങളാണെന്ന് യേശുക്രിസ്തു പറഞ്ഞില്ല. ഇവയെല്ലാം ഈറ്റുനോവിന്റെ ആരംഭമത്രെ. എന്നാൽ ലോകാവസാനത്തിന്റെ അടയാളങ്ങൾ അന്ത്യകാലത്ത് ജീവിച്ചിരിക്കുന്ന സത്യാന്വേഷികൾക്ക് വെളിപ്പെടുത്തി കൊടുക്കും എന്ന് ദൈവം ഉറപ്പുനൽകി.

ഇന്ന് ഈ അന്ത്യകാലത്ത് ജീവിച്ചിരിക്കുന്ന ദൈവമക്കൾക്ക് തൻ്റെ പ്രവാചകന്മാരിൽകൂടി അത് പകർന്നു നൽകിയിരിക്കുന്നു. ഈ അറിവ് ഈ ലോകത്തിന് പകരുവാൻ ഈ ചെറുപുസ്തകത്തിൽകൂടി ഗ്രന്ഥകർത്താവ് ശ്രമിച്ചിരിക്കുന്നു. തന്റെ രചന പരിശോധിക്കുമ്പോൾ വേദപുസ്തകം വെറുമൊരു കെട്ട്കഥ അല്ലെന്നും അതിലുള്ളത് സത്യം മാത്രമാണെന്നും ഗ്രഹിക്കുവാൻ പ്രയാസമുണ്ടാവുകയില്ല. വരുവാനിരിക്കുന്ന വലിയ നാശത്തിന്റെ തീവ്രതയിലേക്ക് ലേഖകൻ വിരൽചൂണ്ടുന്നു.

ഈ പ്രപഞ്ചത്തിൽ ദൈവത്തിൻ്റെ ദൃഷ്ടിയിൽ പാപം നിലനിൽക്കുന്ന ഏക ഗോളം ഭൂമിയാണ്. ഭൂമിയെ ദൈവം അന്ത്യത്തിൽ അഗ്നിയാൽ ശുദ്ധീകരിച്ച് തൻ്റെ വിശാലമായ പ്രപഞ്ചത്തോട് കൂട്ടിച്ചേർക്കും.ആ പുതിയ ഭൂമിയിൽ ദൈവത്തിൻ്റെ വീണ്ടെടുക്കപ്പെട്ട ജനം നിത്യമായി പാർക്കും എന്ന സന്തോഷവാർത്ത ലേഖകൻ പങ്കുവയ്ക്കുന്നു. ആ സന്തോഷം അനുഭവിക്കുവാൻ എല്ലാ ജനസമൂഹങ്ങളെയും ദൈവത്തിങ്കലേക്ക് സവിനയം ക്ഷണിക്കുന്നു. ഈ ചെറു പുസ്തകം നിങ്ങൾക്ക് പരിചയപ്പെടുത്തുകയും

ചെയ്യുന്നു.

Dr.P. Mohan Das Poilo
MBBS, DPMR
Deputy Director of Health Service (RTD)

മുഖവുര

പ്രിയ വായനക്കാരേ!

2010 - ൽ മലയാളത്തിൽ എഴുതപ്പെട്ട ഈ ചെറുപുസ്തകം വായനക്കാർക്ക് വളരെ പ്രയോജനപ്പെട്ടുവെന്ന് ഫോണിലൂടെയും എഴുത്തുക്കളിലൂടെയും നേരിട്ട് വന്ന് കണ്ട് പ്രോത്സാഹിപ്പിക്കുകയും നന്ദി അർപ്പിക്കുകയും ചെയ്ത എല്ലാ വായനക്കാർക്കും ദൈവനാമത്തിൽ നന്ദി. ഈ പുസ്തകം മറ്റ് ഭാഷകളിലും പ്രസിദ്ധപ്പെടുത്തണ മെന്ന് അനേകരുടെ ആഗ്രഹങ്ങളുടെ ഫലമായി 2012 ൽ കെ.ആർ. പീറ്റർ സൈമൺ അവർകളുടെ സഹായത്തോടു കൂടി തമിഴിൽ തർജ്ജിമ ചെയ്ത് പ്രസിദ്ധപ്പെടുത്തുവാൻ സാധിച്ചു. ഇതിന്റെ പകർപ്പു കളുടെ ആവശ്യകതയേറിയതിനാൽ വായനക്കാരുടെ കരങ്ങളിൽ എത്തിക്കുവാൻ സാമ്പത്തിക സഹായമായി മുന്നോട്ടു വന്നവർക്കും ദൈവനാമത്തിൽ നന്ദി.

ഈ ചെറുപുസ്തകത്തിൽ പ്രതിപാദിച്ചിരിക്കുന്ന വിഷയം ഒരു കെട്ടുകഥയല്ല. അത് ആദിമുതലുള്ളതും ഞങ്ങൾ കേട്ടതും സ്വന്ത കണ്ണുകൊണ്ട് കണ്ടതും ഞങ്ങൾ നോക്കിയതും ഞങ്ങളുടെ കൈ തൊട്ടതുമായ ജീവന്റെ വചനം സംബന്ധിച്ച് ആകുന്നു. (1 യോഹ 1:1,2) എന്നു യോഹന്നാൻ സാക്ഷ്യപ്പെടുത്തിയ അതേകാര്യമാണ് ലോകാവസാനത്തെപ്പറ്റിയുള്ള പല കഥകളും പലരീതികളിലുള്ള വിശ്വാസങ്ങളും ഓരോ നാളും പലരും ലോകത്തിൽ പ്രചരിപ്പിച്ചുവരുന്നു. ലോകം അവസാനിക്കയില്ല എന്നും ഒരുവൻ മരിക്കുമ്പോൾ അവന്റെ ലോകം അവസാനിക്കുന്നു എന്നും അതു കൊണ്ട് ജീവനു ള്ളിടത്തോളം കാലം തിന്നു കുടിച്ച് സന്തോഷത്തോടെ ജീവിച്ചു മരിക്ക എന്നും ചിലർ പറയുന്നു.(യെശ 22:13) എന്നാൽ ദൈവം പറയുന്നു "ദൈവം നല്ലതും തീയതുമായ സകല പ്രവൃത്തിയേയും സകല രഹസ്യങ്ങളുമായി ന്യായ വിസ്ഥാരത്തിലേക്കു വരുത്തുമല്ലോ." (സഭാപ്രസം 12:14 , 11 : 9). "ദൈവം സർവ്വ ജനത്തേയും രക്ഷ യിലേക്ക് ക്ഷണിക്കുന്നു , എന്നാൽ ദൈവ വിളിയെ ജനം നിസാരമായി തള്ളുന്നു".

ലോകാവസാനം 2000 - ലോ, 2012 ലോ, 2025-ലോ?

ലോകാവസാനം എപ്പോൾ സംഭവിക്കും എന്ന് നിശ്ചയിക്കാനുള്ള അധികാരം മനുഷ്യനില്ല ദൈവം ഒരു മനുഷ്യനും വെളിപ്പെടുത്തിയിട്ടുമില്ല. എന്നാൽ ലോകാവസാനത്തിന്റെ വർഷവും മാസവും ആഴ്ചയും ദിവസവും മണിക്കൂറും മിനിറ്റും സെക്കന്റ് വരെയും ഉടയവ നായ ദൈവം നിശ്ചയിച്ചുറപ്പിച്ചിരിക്കുന്നു. ഇത് സംബന്ധിച്ച് ക്രിസ്തു ഇപ്രകാരം പറഞ്ഞു.

എന്റെ പിതാവ് സ്വന്ത അധികാരത്തിൽ വച്ചി രിക്കുന്ന ഈ കാര്യം നിങ്ങൾക്ക് അറിയേണ്ട കാര്യമില്ല" (മത്ത 24:36), (അപ്പോ 1:7).

മനുഷ്യൻ പ്രതീക്ഷിക്കാത്ത സമയത്ത് ഇത് സംഭവിക്കും. ലോകാവസാനത്തിന്റെ ഭീകരത ഇന്ന് ചിത്രങ്ങളിൽ കാണിക്കുന്നതു പോലെയോ? ഇനിയും മനുഷ്യഭാവനയിൽ ഉദിക്കുന്നതിനേക്കാളും അതി ഭീകരമായിരിക്കുമെന്ന് തിരുവെഴുത്തുകൾ പറയുന്നു. ആയതുപോലെ തന്നെ ദൈവത്തെ സ്നേഹിച്ച് തന്റെ കല്പനകൾ അനു സരിക്കുന്ന മക്കൾക്ക് ഒരുക്കിയിരിക്കുന്ന പ്രതിഫലവും ഒരു കണ്ണും കാണാത്തതും ഒരു ചെവിയും കേൾക്കാത്തതും ഒരു മനുഷ്യ മനസ്സിനും ഗ്രഹിക്കാൻ കഴിയാത്തതുമായ അത്രവലിയ പ്രതിഫലമാണത്. നാം അറിയുന്നതും കാണുന്നതും അല്പമായിട്ടുള്ളത് മാത്രമാണ്. പൂർണ്ണമായിട്ടുള്ളത് ഇതാ വരുന്നു.

ലോകാവസാനത്തിന്റെ അന്ത്യനിമിഷത്തിലാണ് നാം ഇന്ന് നിൽക്കുന്നത് എന്ന് ക്രിസ്തുവിലൂടെ ലോകത്തിന് വെളിപ്പെടുത്തപ്പെട്ട അടയാളങ്ങളിലൂടെ മനസ്സിലാക്കാൻ സാധിക്കും. ഒടുവിലത്ത അന്ത്യബാധ ഏഴും, ലോകത്ത് ചൊരിയപ്പെടാൻ പോകുന്ന ഭീകരമായ സമയത്ത് നാം ഇന്ന് ജീവിക്കുന്നു. സകല ദീപുകളും മലകളും അപ്രത്യക്ഷമാകാൻ പോകുന്നു. ആകാശം പുസ്തകച്ചുരുൾ പോലെ മാറ്റപ്പെടും. ദുഷ്ടന്മാരുടെ വിലാപത്തിന്റെ സ്വരം എവിടെയും ഉയരും മഹതിയാം ബാബിലോണിന്റെ പിടിയിൽ നിന്നും ദൈവജനം വിടുവിക്കപ്പെടുകയും ഭൂമി മുഴുവനും അഗ്നിയാൽ ശുദ്ധീ കരിക്കപ്പെടുകയും ചെയ്യും. അപ്രകാരം വിശുദ്ധന്മാർക്കായി ഒരു ക്കപ്പെട്ട പുതിയ ആകാശവും പുതിയ ഭൂമിയും സ്ഥാപിതമാകും.

ഈ കാണുന്ന ലോകത്തെയും അതിലുള്ള സമസ്തവും ഉണ്ടാക്കിയ ഉടയവൻ അവയുടെ അന്ത്യം എപ്രകാരമായിരിക്കുമെന്ന് ലോക ത്തോട് പ്രസ്താവിച്ചിരിക്കുന്നു . ജീവന്റെ ഉടയവനായ ദൈവം കൽപ്പിച്ചിട്ടുള്ള ഒരു വാക്ക് പോലും ഇന്നേവരെ ലോകത്ത് നിവർത്തിയാകാതെ പോയിട്ടില്ല. എന്നത് ചരിത്ര സത്യമാണല്ലോ, അതുകൊണ്ട് തന്നെയാണ് ജീവന്റെ നാഥനായ ക്രിസ്തു ഇപ്രകാരം അരുളിച്ചെയ്യുന്നത്.

"ആകാശവും ഭൂമിയും ഒഴിഞ്ഞുപോകും; എന്റെ വചനങ്ങളോ ഒഴിഞ്ഞുപോകയില്ല". (മത്താ 24:35).

ചിന്തിക്കുന്ന ഓരോ വ്യക്തിക്കും ഓരോനാളും ഓരോ നിമിഷവും ജീവന്റെ വചനം നിവർത്തിയായിക്കൊണ്ടിരിക്കുന്നത് കാണുവാൻ സാധിക്കും. കൂടുതലായി മനസ്സിലാക്കുവാൻ ഈ ചെറുപുസ്തകം നിങ്ങളെ സഹായിക്കും.

സ്കൂൾ വിദ്യാഭ്യാസം ഇല്ലാത്ത ഒരു മത്സ്യത്തൊഴിലാളിയാണ്. അല്പം സാക്ഷരതയാണ് എന്റെ വിദ്യാഭ്യാസ യോഗ്യത. എന്റെ പാഠപുസ്തകം വിശുദ്ധ

ബൈബിൾ ആണ്. എന്റെ അദ്ധ്യാപകൻ മഹാ ദൈവം. ചരിത്രം, ശാസ്ത്രം, ദിനപത്രങ്ങൾ, ചില ആത്മീയ പുസ്തകങ്ങൾ ഇവയുടെ വായനകൂടി ആണ്. വിശുദ്ധ ബൈബിളിന്റെ അടിസ്ഥാനത്തിൽ കഴിഞ്ഞ സുനാമിയോടനുബന്ധിച്ച് (2004) ലോകാവസാനത്തെക്കുറിച്ച് ഈ ചെറുപുസ്തകം എഴുതുവാൻ പരിശുദ്ധാത്മാവ് എന്നെ പ്രേരിപ്പിച്ചത്. അപ്പോൾ മുതൽ വിശുദ്ധ ബൈബിൾ പഠിക്കുമ്പോൾ ലോകാവസാനത്തെക്കുറിച്ച് ലഭിക്കുന്ന ആലോചനകളുടെ സമാഹാരമാണ് ഈ ചെറുപുസ്തകത്തിലൂടെ നിവർത്തിയാകുന്നത്. ഇത് പകർത്തിയെഴുതുവാൻ സഹായിച്ച എല്ലാ പ്രിയപ്പെട്ട സഹോദരി സഹോദരന്മാർക്കും അതുപോലെ അക്ഷരപിഴവ് തിരുത്തുവാൻ ആത്മാർത്ഥമായി സഹായിച്ച ദൈവദാസ ന്മാർക്കും. ഇതിൽ ഉൾപ്പെടുത്തുവാനായി ചിത്രങ്ങൾ ക്രമീകരിക്കാൻ സഹായിച്ച സഹോദരന്മാർക്കും, പുസ്തകത്തിന്റെ മുഖവുരയെഴുതിയ ദൈവദാസനും, വളരെ മനോഹരമായി പ്രിന്റ് ചെയ്ത് സഹായിച്ച പ്രസ് ജീവനക്കാർക്കും, ഈ ചെറുപുസ്തകം എഴുതുവാൻ എന്നെ പ്രോത്സാഹിപ്പിച്ച എല്ലാ പ്രിയപ്പെട്ടവർക്കും വേഗം വരുന്ന യേശുക്രിസ്തുവിന്റെ അതിവിശുദ്ധനാമത്തിൽ നന്ദി അർപ്പിക്കുന്നു. ഈ ചെറു പുസ്തകം വായിക്കുന്ന ഓരോ പ്രിയപ്പെട്ട വായന ക്കാർക്കും യേശു ക്രിസ്തുവിന്റെ കൃപയും സമാധാനവും ഇന്നും എന്നേയ്ക്കും ഉണ്ടാകുമാറാകട്ടെ എന്ന് പ്രാർത്ഥിക്കുന്നു.

ആമേൻ

പ്രാർത്ഥനയോടെ വായിക്കുക
സഹോദരൻ രാജൻ ആൻഡ്രൂസ്

1

ലോകാവസാനം

ദൈവത്തിൻറെ അന്ത്യ ന്യായവിധിയുടെ ഭയാനകമായ നാളുകൾ ഇതാ വരുന്നു! ജനമേ ഉണരൂ...

ഇത് വായിക്കുന്നവരും വായിച്ചു കേൾപ്പിക്കുന്നവരും ഇതിൽ എഴുതിയിരിക്കുന്നത് അനുസരിക്കുന്നവരും ഭാഗ്യവാന്മാരും ഭാഗ്യവതികളുമാകുന്നു. സമയം ഏറ്റം അടുത്തിരിക്കുന്നു.

ദൈവത്തെ ഭയപ്പെട്ട് അവിടുത്തേക്ക് മഹത്വം കൊടുപ്പിൻ അവിടത്തെ ന്യായവിധിയുടെ നാഴിക വന്നിരിക്കുന്നു. കശവും, ഭൂമിയും, സമുദ്രവും, നീരുറവകളും, ഉണ്ടാക്കിയ ദൈവത്തെ നമസ്കരിപ്പിൻ (വെളി 14:7), (യോഹ 1:1-4). ലോകമനുഷ്യർ ഒന്നാകെ ഉണർന്ന് ദൈവത്തിങ്കലേക്ക് തിരിയണം, ദൈവത്തിൽ വിശ്വസിക്കണം. അധർമ്മവും അനാചാരങ്ങളും ദൈവ കോപത്തെ തട്ടിയുണർത്തി ക്കഴിഞ്ഞു. ദൈവത്തിൻറെ അന്ത്യ ന്യായവിധി ഇതാ വരുന്നു (വെളി 14:7)

മഹാ ദൈവത്തിൻ്റെ ന്യായവിധി ദിവസം ഇതാ ആസന്നമാകുന്നു.

ദേശത്തെ ഒക്കെയും നശിപ്പിക്കാൻ ദൂരദേശത്തുനിന്ന്, ആകാശത്തിന്റെ അറ്റത്ത് നിന്നും യഹോവയും അവിടുത്തെ കോപത്തിൻറെ ആയുധങ്ങളും വരുന്നു. യഹോവയുടെ ദിവസം സമീപിച്ചിരിക്ക കൊണ്ട് മുറയിടുവിൻ; അത് സർവ്വശക്തങ്കൽ നിന്നു സർവ്വനാശം പോലെ വരുന്നു. അതുകൊണ്ട് എല്ലാ കൈകളും തളർന്നു പോകും; സകല ഹൃദയവും ഉരുകി പോകും. അവർ ശ്രമിച്ചു പോകും . വേദനയും ദുഃഖവും അവർക്ക് പിടിപെടും. നോവ് കിട്ടിയ സ്ത്രീയെ പോലെ അവർ വേദനപ്പെടും. അവർ അന്യോന്യം തുറിച്ചു നോക്കും. അവരുടെ മുഖം ജ്വലിച്ചിരിക്കും. ദേശത്തെ ശൂന്യമാക്കുവാനും പാപികളെ അതിൽ നിന്നും മുടിച്ച് കളവാനും യഹോവയുടെ ദിവസം ക്രൂരമായിട്ടു ക്രോധത്തോടും അതീവ കോപത്തോടും വരുന്നു (യെശയ്യാ 13:5-9).

ശക്തന്മാരെല്ലാം അശക്തന്മാരാകും

യഹോവയുടെ ന്യായവിധിയുടെ മഹാദിവസം വരുന്നു എല്ലാ ശക്തന്മാരും അന്ന് അശക്തന്മാരായിതീരും. ആ ദിവസം എല്ലാ ഉറപ്പുള്ള ഹൃദയവും മെഴുകുപോൽ ഉരുകിപോകും ഭയമില്ലാതിരുന്ന സകലരും ഭ്രമിച്ചു തളർന്നു പോകും. വേദനയും ദുഃഖവും പിടിപെട്ട് സകലരുടെയും മുഖം ഭയത്താൽ വിളറും പാപികളെല്ലാം മുടിഞ്ഞുപോകും. ഉണരൂ... ജനമേ

2

ജാഗ്രത

"യഹോവ ഇപ്രകാരം അരുളിച്ചെയ്യുന്നു, വടക്ക് നിന്ന് വെള്ളം പൊങ്ങി കവിഞ്ഞൊഴുകുന്ന നദിയാകും; അത് ദേശത്തിന്മേലും അതിലുള്ള സകലത്തിൻമേലും പട്ടണത്തിൻമേലും അതിൽ പാർക്കുന്നവരുടെ മേലും കവിഞ്ഞൊഴുകും; അപ്പോൾ മനുഷ്യർ നിലവിളിക്കും; ദേഷ്യം നിവാസികൾ ഒക്കെയും മുറയിടും"(യിരമ്യ 47:2), "സമുദ്രതീരത്തിനും വിരോധമായി യഹോവ കൽപ്പന കൊടുത്തിരിക്കെ, അടങ്ങിയിരിപ്പാൻ അതിനെ എങ്ങനെ കഴിയും? അവിടേക്ക് അവൻ അതിനെ നിയോഗിച്ചുവല്ലോ" (യിരമ്യ 47:7).

തീരദേശ നിവാസികൾക്കും ഭൂമിയിലെ സകല ജനതകൾക്കും കർത്താവായ യേശുക്രിസ്തുവിന്റെ മുന്നറിയിപ്പ് ഇപ്രകാരമാണ്: കടലിന്റെയും ഓളത്തിന്റെയും മുഴക്കം നിമിത്തം ഭൂമിയിലെ ജനതകൾക്ക് നിരാശയോടുകൂടിയ പരിഭ്രമം ഉണ്ടാകും. ആകാശത്തിന്റെ ശക്തികൾ ഇളകി പോകുന്നതിനാൽ ഭൂലോകത്തിന് എന്ത് സംഭവിപ്പാൻ പോകുന്നു എന്ന് പേടിച്ചും നോക്കി പാർത്തും കൊണ്ട് മനുഷ്യർ നിർജീവന്മാർ ആകും (ലൂക്കോ 21:25,26).

3

പ്രകൃതിയിലെ വൻ മാറ്റം

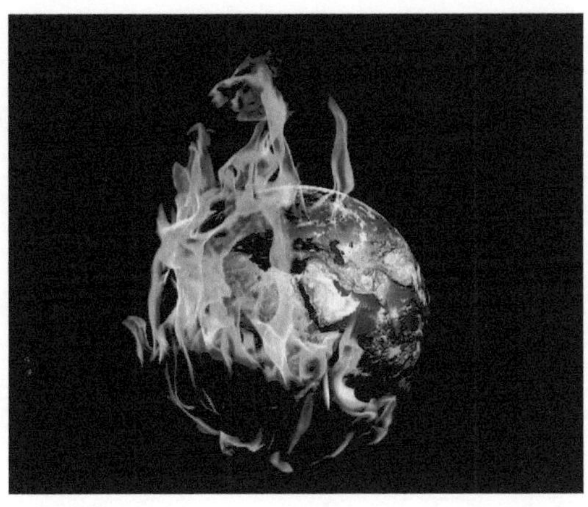

വിശുദ്ധ വചനം ഇപ്രകാരം പറയുന്നു: ആകാശത്തിലെ നക്ഷത്രങ്ങളും നക്ഷത്രരാശികളും പ്രകാശം തരികയില്ല. സൂര്യൻ ഉദയത്തിങ്കൽ തന്നെ ഇരുണ്ടുപോകും; ചന്ദ്രൻ പ്രകാശം തരികയില്ല. ഞാൻ ഭൂതലത്തെ ദോഷം നിമിത്തവും ദുഷ്ടന്മാരെ അവരുടെ അകൃത്യം നിമിത്തവും സന്ദർശിക്കും. അഹങ്കാരികളുടെ ഗർവ്വത്തെ ഞാൻ ഇല്ലാതെയാകും. ഉഗ്രന്മാരുടെ നിഗളത്തെ താഴ്ത്തും. (യെശ 13:10,11).

4

സുനാമി

തീരദേശനിവാസികൾഅടക്കം സകല മനുഷ്യനിവാസികളിലും സുനാമി തിരകളും പ്രകൃതിക്ഷോഭങ്ങളും ഇന്നും ഇളകി മറിയുന്നു. അത് മനുഷ്യമനസ്സുകളിൽ ഇന്നും പരിഭ്രമം ഉളവാക്കികൊണ്ടിരിക്കുന്നു. ഇനിമുതൽ അത് തുടർക്കഥയായി മാറും. ലോകത്തെങ്ങും അധർമ്മം കലിതുള്ളി ഉയർന്നു വരുന്നു. അതോടൊപ്പം പ്രകൃതി ക്ഷോഭങ്ങളും തിരമാലകളും ഉയർന്നുകൊണ്ടേയിരിക്കുന്നു. കാലത്തിന്റെ ഗതിയെപ്പറ്റി നാം ചിന്തിക്കുന്നുണ്ടോ? എന്നാൽ ആത്മീകനോ സകല ത്തെയും വിവേചിക്കുന്നു. എന്നാണ് തിരുവെഴുത്ത് പറയുന്നത് (1 കൊരി 2:15). കാലത്തിന്റെ ഗതിയെ വിവേചിക്കണമെങ്കിൽ നാം ഓരോരുത്തരും ദൈവത്തിങ്കലേക്ക് തിരിയേണ്ടതുതന്നെ. വിശുദ്ധ വചനം ഇപ്രകാരം പറയുന്നു.

5

തിരയുടെ പ്രകമ്പനം

എന്റെ ശാസനയ്ക്ക് തിരിഞ്ഞു കൊള്ളുവിൻ. ഞാൻ എന്റെ മനസ്സ് നിങ്ങൾക്ക് പൊഴിയിച്ച് എന്റെ വചനങ്ങൾ നിങ്ങളെ അറിയിക്കും (സദൃശ1 : 23). നാം ദൈവത്തിങ്കലേയ്ക്ക് തിരിയുമ്പോൾ ദൈവം സകലതും നമുക്ക് വെളിപ്പെടുത്തി തരും എന്നതാണല്ലോ വാഗ്ദത്തം. "യഹോവയായ കർത്താവു പ്രവാചകന്മാരായ തന്റെ ദാസന്മാർക്ക് തന്റെ രഹസ്യം വെളിപ്പെടുത്താതെ ഒരു കാര്യവും ചെയ്യുകയില്ല. (ആമോസ് 3:7).

സമുദ്രത്തിലെ തിര 500 അടി ഉയർന്നു. എവിടെ? 2005 ഏപ്രിൽ മാസത്തിലെ പ്രതവാർത്തയിൽ, ഇറാക്കിൽ ശക്തമായ കൊടുങ്കാറ്റിനെ തുടർന്ന് സമുദ്രത്തിലെ തിര 500 അടി ഉയർന്നു. ആ സമയം സമുദ്ര ത്തിന്റെ നിറം ഓറഞ്ച് നിറമായ് മാറി. നാശം വിതയ്ക്കാതെ തിര അടങ്ങി. തിര കരയിലേക്ക് ആഞ്ഞടിച്ചെങ്കിൽ രാജ്യം നാശകൂപമാ കുമായിരുന്നു. തിരമാലകളെ ആർ ശാന്തമാക്കി? ഒരു മനുഷ്യ ശക്തി യുമല്ല, മഹാ ദൈവം തന്നെ (തീത്തോസ് 2:12). തിരമാലകളെ അടക്കുന്നവൻ, കാറ്റിനെ ശാന്തമാക്കുന്നവൻ അമരത്തുണ്ട്, ഭയപ്പെടേണ്ട. ഒരിക്കൽ യേശുവും ശിഷ്യന്മാരും വഞ്ചിയിൽ സമുദ്രത്തിലൂടെ സഞ്ചരിക്കുമ്പോൾ വലിയ ചുഴലിക്കാറ്റുണ്ടായി. പടകിൽ തിര തള്ളി കയറുകകൊണ്ട് വഞ്ചി മുങ്ങുമാറായി. യേശു അമരത്ത് തലയണ വച്ച് ഉറങ്ങുകയായിരുന്നു. ശിഷ്യന്മാർ യേശുവിനെ ഉണർത്തി. ഗുരോ ഞങ്ങൾ നശിച്ചു പോകുന്നതിൽ അങ്ങേയ്ക്ക് വിചാരമില്ലയോ എന്ന് അവർ നിലവിളിച്ച് പറഞ്ഞു. യേശു ഉടനെ എഴുന്നേറ്റ് ചുഴലിക്കാറ്റിനെ ശാസിച്ചു കടലിനോട് അനങ്ങാതിരിക്കുക, അടങ്ങുക എന്നു പറഞ്ഞു. ഉടനെ കാറ്റ് അമർന്നു. വലിയ ശാന്തത ഉണ്ടായി. പിന്നെ യേശു അവരോട് നിങ്ങൾ ഇങ്ങനെ ഭീരുക്കൾ ആകുവാൻ എന്ത്? നിങ്ങൾക്ക് ഇപ്പോഴും വിശ്വാസം ഇല്ലയോ എന്ന് പറഞ്ഞു. ശിഷ്യന്മാർ വളരെ ഭയപ്പെട്ടു. കാറ്റും കടലും കൂടെ ഇവനെ അനുസരിക്കുന്നുവല്ലോ. ഇവൻ ആർ എന്ന് തമ്മിൽ തമ്മിൽ പറഞ്ഞു (മർക്കോ 4:37-41).

6

കഷ്ടതകൾ വരുമ്പോൾ കർത്താവിൽ ആശ്രയിക്ക

അവർ തങ്ങളുടെ കഷ്ടതയിൽ യഹോവയോട് നിലവിളിച്ചു അവിടന്ന് അവരെ അവരുടെ ഞെരുക്കങ്ങളിൽ നിന്നും വിടുവിച്ചു. അവിടുന്ന് കൊടുങ്കാറ്റിനെ ശാന്തമാക്കി; തിരമാലകൾ അടങ്ങി ശാന്തത വന്നതുകൊണ്ട് അവർ സന്തോഷിച്ചു. അവർ ആഗ്രഹിച്ച തുറമുഖത്ത് അവിടന്നവരെ എത്തിച്ചു, അവർ യഹോവയെ അവന്റെ നന്മയെ ചൊല്ലിയും മനുഷ്യ പുത്രന്മാരിൽ ചെയ്ത അത്ഭുതങ്ങളെ ചൊല്ലിയും സ്തുതിക്കട്ടെ"(സങ്കീ 107:28-31). കാറ്റും കടലും കൂടെ കർത്താവിനെ അനുസരിച്ച് മാതൃകകാട്ടുന്നു എന്നാൽ ഇനിയും കർത്താവിനെ ദൈവമായി വിശ്വസിക്കാത്ത, അവിടത്തെ വചനം അനുസരിക്കാത്ത എത്രയോ ജനം ഇന്നും സമാധാനവും സന്തോഷവും

ഇല്ലാതെ നാശത്തിലേക്ക് പൊയ്ക്കൊണ്ടിരിക്കുന്നു. തിരുവചനം ഇപ്രകാരം പറയുന്നു. എന്റെ വാക്കു കേൾക്കുന്നവനോ നിർഭയം വസിക്കുകയും ദോഷഭയം കൂടാതെ സ്വരമായിരിക്കുകയും ചെയ്യും (സദൃശ 1:33). പ്രിയരെ ഇനിയും ഹൃദയങ്ങളെ കഠിനമാക്കാതെ അവിടത്തെ നാമം വിളിച്ചപേക്ഷിച്ച് പാപങ്ങളെ ഏറ്റു പറഞ്ഞ് ഉപേക്ഷിച്ച് കർത്താവിനെ എതിരേൽപ്പാൻ ഒരുങ്ങുക. കർത്താവിൻ്റെ വചനം അനുസരിച്ച് നിത്യജീവൻ പ്രാവിപ്പാനും കോപ ദിവസത്തിൽ ദുഷ്ടന്മാരോടൊത്ത് നശിക്കാതിരിപ്പാനും പ്രാർത്ഥിക്കുക.

7

ലോകത്തെ നടുക്കുന്ന ഭയാനകമായ കാഴ്ചകൾ കാണുന്നതിന് മുമ്പേ ഒരു ഇടവേള

വീണ്ടും തുടർക്കഥയായി പ്രകൃതിക്ഷോഭങ്ങളും സുനാമിയും ശക്തമായി വരുന്നു. സൈന്യങ്ങളുടെ യഹോവ ഇപ്രകാരം അരുൾ ചെയ്യുന്നു: ഇനി കുറഞ്ഞൊന്നു കഴിഞ്ഞിട്ട് ഞാൻ ആകാശത്തെയും, ഭൂമിയെയും, കടലിനെയും, കരയെയും ഇളക്കും ഞാൻ സകല ജാതികളെയും ഇളക്കും (ഹഗായി 2:6). ദൈവം പറഞ്ഞതുപോലെ ഇന്ന് സുനാമിയും, കൊടുങ്കാറ്റും,

പ്രകൃതിക്ഷോഭങ്ങളും നിത്യസംഭവങ്ങൾ ആകുന്നത് നാം പത്രങ്ങളിലൂടെയും ടെലിവിഷനിലൂടെയും കാണുന്നു.

2000 വർഷങ്ങൾക്ക് മുമ്പുള്ള യേശുവിന്റെ ശക്തമായ വാക്കുകൾ ഇന്നും സകല മനുഷ്യ ഹൃദയങ്ങളിലും പ്രതിധ്വനിച്ചുകൊണ്ടിരിക്കുന്നു. അവിടന്ന് ഇപ്രകാരം പ്രസ്താവിച്ചു:"സൂര്യനിലും ചന്ദ്രനിലും നക്ഷത്രങ്ങളിലും ലക്ഷണങ്ങൾ ഉണ്ടാകും കടലിന്റെയും ഓളത്തിന്റെയും മുഴക്കം നിമിത്തം ഭൂമിയിലെ ജാതികൾക്ക് നിരാശയോ ടുകൂടിയ പരിഭ്രമം ഉണ്ടാകും. ആകാശത്തിന്റെ ശക്തികൾ ഇളകി പോകുന്നതിനാൽ ഭൂലോകത്തിന് എന്തു സംഭവിക്കുവാൻ പോകുന്നു എന്ന് പേടിച്ചും നോക്കി പാർത്തും കൊണ്ട് മനുഷ്യർ നിർജീവൻമാർ ആകും" (ലൂക്കൊ 21:25, 26). ശാസ്ത്രം ഇന്ന് വിറയൽ കൊണ്ടിരിക്കുകയാണ്. കഴിഞ്ഞ സുനാമിയോടുകൂടി ഭൂമി അതിന്റെ അച്ചു തണ്ടിൽ നിന്ന് ചരിഞ്ഞ് നിൽക്കുകയാണ്. ഭൂമിക്ക് ഏതുനേരത്തും എന്തും സംഭവിക്കാം എന്ന അവസ്ഥയിലാണ്. ഇപ്പോൾ ഇതൊക്കെയും മനുഷ്യപുത്രന്റെ വീണ്ടും വരവിനെ ലോകത്തിന് ചൂണ്ടി കാണിക്കുന്ന അടയാളങ്ങൾ ആകുന്നു. അവിടന്ന് ഇപ്രകാരം അരുൾ ചെയ്തു; അപ്പോൾ മനുഷ്യപുത്രൻ ശക്തിയോടും മഹാതേജ സ്സോടും കൂടെ മേഘത്തിൽ വരുന്നത് അവർ കാണും. ഇതു സംഭവിച്ച് തുടങ്ങുമ്പോൾ നിങ്ങളുടെ വീണ്ടെടുപ്പ് അടുത്തു വരുന്നതുകൊണ്ട് നിവർന്ന് തലപൊക്കുവിൻ (ലൂക്കോ 21:27,28).

8

വിലാപത്തിന്റെ കൊടിയ ദിനങ്ങൾ ഇതാ എത്തുന്നു! ജാഗ്രത!

ദൈവജനത്തിന് വീണ്ടെടുപ്പ് അടുത്തിരിക്കുകയാണ്. ഇനി സമയമില്ല. നാം എവിടെ നിൽക്കുന്നു എന്ന് കർത്താവ് വ്യക്തമാക്കി കഴിഞ്ഞു. ഇനിയും നാം തലപൊക്കി വീണ്ടെടുപ്പിനായ് ഉണരാതി രുന്നാൽ തിരുവചനം ഇപ്രകാരം പറയുന്നു: " ദുഷ്ടന്മാരുടെ ജഡം ആകാശത്തിന്റെ ഒരറ്റം മുതൽ മറ്റേ അറ്റം വരെ കടൽ കരയിലെ മണൽ പോലെ വീഴും. അവരെ എടുത്തു കുഴിച്ചിടുവാൻ ഒരുത്തനും ഉണ്ടാവുകയില്ല (യിരെ 25:33). യേശു തുടർന്ന് പറയുന്നു: "ശവം ഉള്ളിടത്ത് കഴുക്കൾ കൂടും" (മത്താ 24:28). ആ ദിവസം സകല വീഥികളിലും വിലാപം ഉണ്ടാകും. എല്ലാ തെരുവുകളിലും അവർ അയ്യോ... അയ്യോ... എന്നു പറയും. എന്നെ യഹോവയുടെ അരുളപ്പാട് (ആമോസ് 5:16).

9

ഭൂമിയുടെ മുഖച്ഛായ മാറുന്നു; അത് വീഴും

ലോകം ഭയാനകമായ കാലാവസ്ഥ മാറ്റത്തിലേയ്ക്ക് മാറിക്കഴി ഞ്ഞു. പ്രകൃതിയെ നിയന്ത്രിക്കുവാൻ ഒരു മനുഷ്യശക്തിക്കും സാദ്ധ്യ മല്ല. ഭൂമി ഉടൻ നടുങ്ങും. വിശുദ്ധ വചനം ഇപ്രകാരം പറയുന്നു."ഭൂവാസിയേ പേടിയും കുഴിയും കെണിയും നിനക്ക് നേരിട്ടി രിക്കുന്നു. പേടികേട്ട്, ഓടിപോകുന്നവൻ കുഴിയിൽ വീഴും; കുഴി യിൽ നിന്നും കയറുന്നവൻ കെണിയിൽ അകപ്പെടും.

ഉയരത്തിലെ കിളിവാതിലുകൾ തുറന്നിരിക്കുന്നു.ഭൂമിയുടെ അടിസ്ഥാനങ്ങൾ കുലുങ്ങുന്നു. ഭൂമി പൊടുപൊടെ പൊട്ടുന്നു. ഭൂമി കിറുകിറെ കീറുന്നു. ഭൂമി കിടുകിടെ കിടുങ്ങുന്നു. ഭൂമി മത്തനെപ്പോലെ ചാഞ്ചാടുന്നു കാവൽ മാടംപോലെ ആടുന്നു. അതിന്റെ അകൃത്യം അതിൻമേൽ ഭാരമായിരിക്കുന്നു. അതു വീഴും എഴുന്നേൽക്കുകയില്ല".(യെശയ്യ 24:17-20).

യഹോവ ഭൂമിയെ നടുക്കുവാൻ എഴുന്നേൽക്കുമ്പോൾ അവർ യഹോവയുടെ ഭയങ്കരത്വം നിമിത്തവും അവിടത്തെ മഹിമയുടെ പ്രഭ നിമിത്തവും പാറകളുടെ ഗുഹകളിലും മണ്ണുകളിലെ പൊത്തുകളിലും കടക്കും.(യെശയ്യാ 2:19).

10

യുദ്ധം

യുദ്ധം അത് ഭീതിയുളവാക്കുന്ന ഒരു വാർത്തയാണ്. ഒന്നാമത്തെ യുദ്ധം ആരംഭിച്ചത് സ്വർഗ്ഗത്തിലാണെന്ന് വിശുദ്ധ വേദപുസ്തക ത്തിൽ കാണുവാൻ സാധിക്കും. (വെളി 12:7) ൽ നാം ഇപ്രകാരം വായിക്കുന്നു. പിന്നെ സ്വർഗ്ഗത്തിൽ യുദ്ധമുണ്ടായി; മീഖായേലും അവന്റെ ദൂതൻമാരും മഹാ സർപ്പത്തോട് പടവെട്ടി തന്റെ ദൂതന്മാരുമായി മഹാസർപ്പവും പടവെട്ടി ജയിച്ചില്ലതാനും. ദൈവത്തിന്റെ സൃഷ്ടിയായ ലൂസിഫറും അവനാൽ വശീകരിക്കപ്പെട്ട ദൂതഗണങ്ങളും സ്വർഗ്ഗത്തിൽ നിന്ന് ഭൂമിയിലേയ്ക്ക് വലിച്ചെറിയപ്പെട്ടു, തിരു വചനം ഇപ്രകാരം പറയുന്നു സ്വർഗ്ഗത്തിൽ അവരുടെ സ്ഥലം പിന്നെ കണ്ടതുമില്ല (വെളിപ്പാട് 12:8). അങ്ങനെ ഭൂതലത്തെ മുഴുവൻ

തെറ്റിച്ചുകളയുന്ന പിശാചും സാത്താനുമായ പഴയ പാമ്പ് ഏതൻ തോട്ടത്തിൽ കുടിയേറി അവിടെയും അവൻ ദൈവത്തിനു വിരോധ മായി യുദ്ധം അഴിച്ചുവിട്ടു (ഉൽ 3:15), അന്നു മുതൽ ഇതുവരെ നടത്തപ്പെട്ട യുദ്ധങ്ങൾക്ക് എണ്ണങ്ങളില്ല യുദ്ധ പരമ്പരകളുടെ വിവരണം വിശുദ്ധ വേദപുസ്തകത്തിൽ ധാരാളം കാണുവാൻ സാധിക്കും വിശ്വാസികളുടെ പിതാവായ അബ്രഹാം യോദ്ധാക്കളായ 318 പേരു മായി യുദ്ധം നടത്തി തന്റെ സഹോദര പുത്രനായ ലോത്തിനേയും അവനുള്ള സകലത്തെയും മടക്കിക്കൊണ്ടുവരികയും കൂടെയുള്ള രാജാക്കന്മാരേയും തോല്പിച്ച് ജയാളിയായി മടങ്ങിവന്നു (ഉൽ 14:14,17).

ദൈവം ഒരു ജനതയ്ക്കുവേണ്ടി യുദ്ധം ചെയ്തു (പുറപ്പ് 14:14). ദൈവത്തിന് ഒരാലയം പണിയുവാൻ ദാവീദ് രാജാവ് ആഗ്രഹിച്ചപ്പോൾ ദാവീദിനോട് ദൈവം ഇപ്രകാരം പറഞ്ഞു നീ വളരെയധികം രക്തം ചൊരിയിക്കുകയും, വലിയ യുദ്ധം നടത്തുകയും ചെയ്തിട്ടുണ്ട്. നീ എന്റെ നാമത്തിന് ഒരാലയം പണിയരുത് (1 ദിന 22:8). പിന്നെ ലോകത്തിൽ ഇന്നേവരെ യുദ്ധങ്ങളുടെ പരമ്പരകൾ ഭൂമിയിൽ എവിടെയും ഭീതിയും ഭയവും ഉളവാക്കുന്നതായി നമുക്ക് കേൾക്കുവാനും കാണുവാനും കഴിയും പുതിയ പുതിയ യുദ്ധമുറകളും ബഹുദൂര മിസൈൽ ആക്രമണങ്ങളും ഉപയോഗിക്കുന്നതിലൂടെ കൂട്ടംകൂട്ടമായുള്ള മരണം ലോകത്തെമ്പാടും നടക്കുന്നതിനാൽ പല രാജ്യങ്ങളും നാശ കൂപമായി തീർന്നു കൊണ്ടിരിക്കുന്നത് നാം കാണുന്നു.

പാപത്തിന്റെ പ്രാരംഭകനായ സാത്താനാൽ ആരംഭിക്കപ്പെട്ട യുദ്ധം അതിന്റെ പൂർത്തീകരണത്തിന്റെ അന്ത്യഘട്ടത്തിലാണ് നാം ജീവിച്ചുകൊണ്ടിരിക്കുന്നത്. ഒരു യുദ്ധത്തോടുകൂടി എന്നേയ്ക്കുമായി യുദ്ധം തുടച്ചുനീക്കപ്പെടുകയും യുദ്ധമില്ലാത്ത ദൈവീക ഭവനം ലക്ഷ്യമാക്കിയ എല്ലാവർക്കുമായി സ്ഥാപിതമാക്കപ്പെടുകയും പാപത്തേയും ദൈവ കല്പന ലംഘിച്ചവരേയും, ലംഘിക്കാൻ പ്രേരിപ്പിച്ചവരേയും എന്നെന്നേക്കുമായി ഈ ഭൂമിയിൽ നിന്ന് അഗ്നിഗന്ധക തീപൊയ്കയിലേക്ക് തള്ളിയിടും. തിരുവചനം ഇപ്രകാരം പറയുന്നു "ആയിരം ആണ്ട് കഴിയുമ്പോഴോ സാത്താനെ തടവിൽ നിന്ന് അഴിച്ചുവിടും; അവൻ ഭൂമിയിൽ നാല് ദിക്കിലുമുള്ള ജാതികളായി സംഖ്യയിൽ കടപ്പുറത്തെ മണൽ പോലെയുള്ള ഗോഗ്, മാഗോഗ് എന്ന വരെ യുദ്ധത്തിനായി കൂട്ടിച്ചേർക്കേണ്ടതിന് വശീകരിക്കാൻ പുറപ്പെടും. അവർ ഭൂമിയിൽ പരക്കെ ചെന്ന് വിശുദ്ധന്മാരുടെ പാളയത്തേയും പ്രിയ നഗരത്തെയും വളയും. എന്നാൽ ആകാശത്ത് നിന്ന് തീ ഇറങ്ങി അവരെ ദഹിപ്പിച്ചുകളയും. അവരെ വഞ്ചിച്ച പിശാചിനേയും മൃഗവും കള്ള പ്രവാചകനും കിടക്കുന്ന ഗന്ധകത്തീപ്പൊയ്ക യിലേക്ക് തള്ളിയിടും. (വെളി 20:8,9,10)."ലോകാരംഭം മുതൽ ഇന്നുവരേയും സംഭവിച്ചിട്ടില്ലാത്തതും ഇനിമേൽ സംഭവിക്കാത്തതുമായ വലിയ കഷ്ടം അന്നുണ്ടാകും. നിങ്ങൾ യുദ്ധങ്ങളെയും കലഹങ്ങളേയും കുറിച്ച് കേൾക്കുമ്പോൾ ഞെട്ടി പോകരുത് ജാതിജാതിയോടും രാജ്യം രാജ്യത്തോടും എതിർക്കും. വലിയ ഭൂകമ്പവും ക്ഷാമവും മഹാവ്യാധികളും അവിടവിടെ ഉണ്ടാകും ഭയങ്കര കാഴ്ചകളും ആകാശത്തിൽ മഹാലക്ഷ്യ ങ്ങളും ഉണ്ടാകും (മത്താ24:21 , ലൂക്കോ 21:9,11). യേശു ഇപ്രകാരം ലോകത്തോട് പ്രസ്താവിച്ചു: "അന്നു മലകളോട് ഞങ്ങളുടെ മേൽ വീഴുവിൻ എന്നും, കുന്നുകളോട് ഞങ്ങളെ മൂടുവിനെന്നും പറഞ്ഞു തുടങ്ങും (യിരമ്യ 16:4).

11

ഓസോൺ പാളിയിലെ വിള്ളൽ

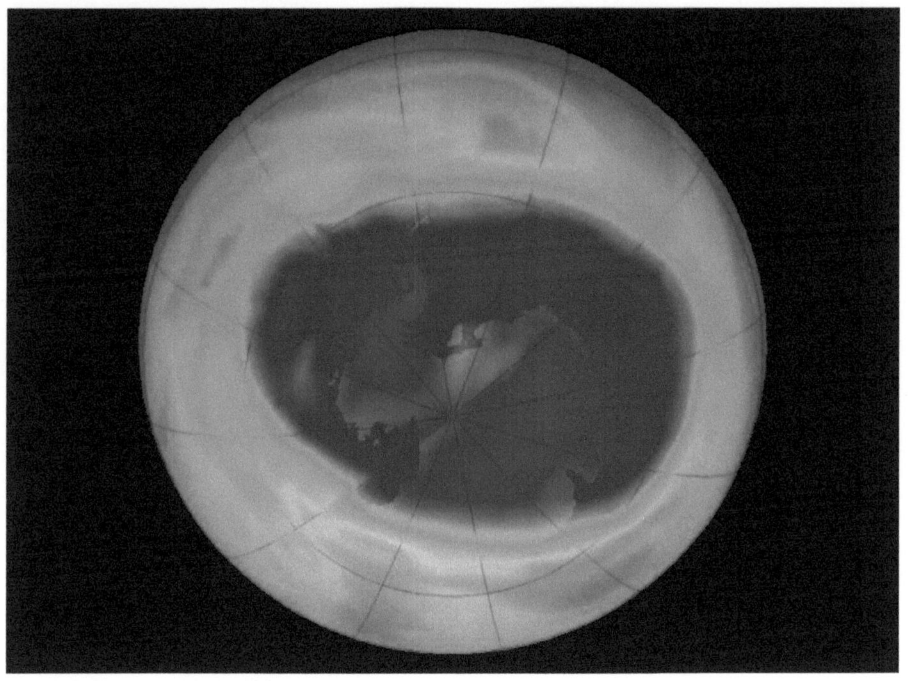

ഓസോൺ പാളിയിൽ വീണിരിക്കുന്ന വിള്ളലുകൾ ഇനിയും വലുതായികൊണ്ടിരിക്കുന്നു. ഭൂവാസികൾക്ക് ഇതു തന്നെ വലിയ ദുരിതം വിതയ്ക്കും. ഭീകരമായ രോഗങ്ങൾ മനുഷ്യകുലത്തിന് പിടി പെടും. അത് മാരകമായ രോഗങ്ങളെക്കാളും ഭീകരമായിരിക്കും. മഹാഭയങ്കര വ്യാധികളാൽ മരിക്കും (യിരമ്യ 16:4).

12
മഹാക്ഷാമം

ക്ഷാമം മുഖാന്തിരം ലോകത്ത് 85.4 കോടി ജനങ്ങൾ ഒഴിഞ്ഞ വയറുമായി ഓരോ ദിവസവും കിടക്കയിലേയ്ക്ക് പോകുന്നു. ഒരു നേരത്തെ ഭക്ഷണത്തിന് ഒരുപാട് നാള് കാത്തിരുന്നു, ഒടുവിൽ ലഭിക്കാതെയും, കുടിവെള്ളമില്ലാതെയും ഓരോ ദിവസവും 24000 പേർ മരിക്കുന്നു എന്നതാണ് കണക്ക്. എന്നാൽ കണക്കിൽ പെടാത്ത എത്രയോ ജനം അറിയാതെ പോകുന്നു. ഇതിനെപ്പറ്റി നാം ചിന്തിക്കുന്നുണ്ടോ? ഓരോ ദിവസവും നാം എന്തു മാത്രം ധനം ദുർവിനി യോഗം ചെയ്യുന്നു. മദ്യത്തിനും, മയക്കുമരുന്നിനും, സിനിമാ ശാലകളിലും, ആഡംഭര ജീവിതത്തിനും സകല വിധമായ മേച്ഛതകൾക്കായും, ആരോഗ്യത്തിന് ഹാനി വരുത്തുന്ന സകല ഭക്ഷണ പാനീയ ങ്ങൾക്കായും ചെലവാക്കുന്നതിനൊക്കെയും നാം ഓരോരുത്തരും ദൈവത്തിന്റെ മുമ്പാകെ കണക്കു ബോധിപ്പിക്കേണ്ടതായി വരും.

ദൈവ സാദൃശ്യപ്രകാരം ഉണ്ടാക്കപ്പെട്ട മനുഷ്യൻ താൻ ദൈവസാദൃശ്യപ്രകാരം ഉണ്ടാക്കപ്പെട്ടിരിക്കുന്നു എന്നതിനെ

അറിയാത്തവനായി മനുഷ്യനാൽ നിർമ്മിക്കപ്പെട്ട ദൈവങ്ങളെ സന്തോഷപ്പെടുത്തു വാൻ ലക്ഷങ്ങളും കോടികളും ചിലവ് ചെയ്യുവാൻ ആഗ്രഹമുള്ളവനായിരിക്കുന്നു. എന്നാൽ മനുഷ്യനാൽ നിർമ്മിക്കപ്പെട്ടിട്ടുള്ള ഈ ദൈവങ്ങൾക്ക് അവർ ചെയ്യുന്ന സേവ ഏറ്റുകൊൾവാനോ, നിരാകരിക്കു വാനോ കഴിയുകയില്ല, കാരണം അവ ജീവനില്ലാത്ത മനുഷ്യനിർമ്മിതമായ ശില്പങ്ങൾ മാത്രം. എന്നാൽ വിശപ്പിന്റെ കാഠിന്യത്താൽ ഒരു നേരത്തെ ആഹാരത്തിനായി വാതിൽ തോറും കൈനീട്ടി നിൽക്കുന്ന എത്രയോജനം അനേക നാടുകളിൽ പട്ടിണിയുടെ ഭീകരതയാൽ മരിച്ചുകൊണ്ടിരിക്കുന്ന ഈ ജനതയെ ശ്രദ്ധിക്കാതെ ജീവനില്ലാത്ത ദൈവങ്ങളിൽ നിന്നും അനുഗ്രഹം പ്രാപിക്കാമെന്ന അന്ധവിശ്വാ സത്താൽ ജനങ്ങൾ ധനം ദുർവിനിയോഗം ചെയ്യുന്നു.

ധനവാന്മാർക്ക് ഇതാ ദൈവത്തിന്റെ മുന്നറിയിപ്പ്

അല്ലയോ ധനവാൻമാരെ, നിങ്ങൾക്ക് ലഭിക്കുന്ന ചില്ലിക്കാശിനും ദൈവത്തിന്റെ മുമ്പിൽ കണക്കുണ്ട് എന്ന കാര്യം മറന്നു പോകരുത്. കാരണം നിന്നെപ്പോലെ അയൽകാരനെയും സ്നേഹിക്ക എന്ന ദൈവനിയമം ഇരിക്കെ അതു മറന്നു പ്രവർത്തിച്ചതിന്റെ തിക്തഫലം അവർ അനുഭവിക്കേണ്ടതായി വരും. യേശു ഇപ്രകാരം പ്രതിവചിച്ചു. എനിക്ക് വിശന്നു നിങ്ങൾ ഭക്ഷിക്കാൻ തന്നില്ല, ദാഹിച്ചു കുടിപാൻ തന്നില്ല. നഗ്നനായിരുന്നു, നിങ്ങൾ എന്നെ ഉടുപ്പിച്ചില്ല. ഞാൻ രോഗിയായിരുന്നു നിങ്ങൾ എന്നെ ശുശ്രൂഷിച്ചില്ല. ഞാൻ തടവിലായിരുന്നു, നിങ്ങൾ എന്നെ കാണാൻ വന്നില്ല. അതിന് അവർ ഇപ്രകാരം പറയും കർത്താവെ എപ്പോഴാണ് ഞങ്ങൾ നിന്നെ കണ്ട് ഇതൊ ക്കെയും ചെയ്യാതിരുന്നത്? അതിന് കർത്താവിന്റെ മറുപടി: “ഈ കാണുന്ന എളിയ ഒരുവന് നിങ്ങൾ ചെയ്യാതിരുന്നിടത്തോളമെല്ലാം എനിക്കു തന്നെയാണ് ചെയ്യാതിരുന്നത്"(മത്തായി 25:41-45) വായിക്കുക. ആവശ്യത്തിലിരിക്കുന്ന ഒരുവന് നന്മ ചെയ്യാതെ ദൈവത്തെ പ്രീതിപ്പെടുത്തുവാൻ നോക്കുന്നത് അബദ്ധമാണ്.“ഒരു സഹോദരനോ , സഹോദരിയോ നഗ്നരും അഹോവൃത്തിക്കു വക ഇല്ലാത്തവ രുമായിരിക്കെ നിങ്ങളിൽ ഒരുത്തൻ അവരോട് സമാധനത്തോടെ പോയി തീ കായുകയും വിശപ്പടക്കുകയും ചെയിൻ എന്ന് പറയുന്നതല്ലാതെ ദേഹരക്ഷയ്ക്ക് ആവശ്യമുള്ളത് അവർക്ക് കൊടുക്കാതിരുന്നാൽ ഉപകാരം എന്ത്" (യാക്കോ 2:15,16).

13

നന്മ ചെയ്യുവാൻ അറിഞ്ഞിട്ടും ചെയ്യാത്തവന് അത് പാപം തന്നെ (യാകോ 4:17)

അല്ലയോ ധനവാന്മാരേ നിങ്ങളുടെ മേൽ വരുന്ന ദുരിതങ്ങൾ നിമിത്തം കരഞ്ഞ് മുറയിടുവിൻ. നിങ്ങളുടെ ധനം ദ്രവിച്ചും ഉടുപ്പ് പുഴുവരിച്ചും പോയി. നിങ്ങളുടെ പൊന്നും വെള്ളിയും കറപിടിച്ചു. ആ കറ നിങ്ങളുടെ നേരെ സാക്ഷിയാകും. അത് തീപോലെ നിങ്ങളുടെ ജഡം തിന്നുകളയും. അന്ത്യകാലത്ത് നിങ്ങൾ നിക്ഷേപങ്ങളെ ശേഖരിച്ചിരിക്കുന്നു. നിങ്ങളുടെ നിലങ്ങളെ കൊയ്ത വേലക്കാരുടെ കൂലി നിങ്ങൾ പിടിച്ചുവച്ചുവല്ലോ. അത് നിങ്ങളുടെ അടുക്കൽ നിന്ന് നിലവിളിക്കുന്നു. കൊയ്തവരുടെ മുറവിളി സൈന്യങ്ങളുടെ കർത്താവിന്റെ ചെവിയിൽ എത്തിയിരിക്കുന്നു. നിങ്ങൾ ഭൂമിയിൽ ആഡംഭരത്തോടെ സുഖിച്ച് പുളച്ച്, കുല ദിവസത്തിൽ എന്ന പോലെ നിങ്ങളുടെ ഹൃദയത്തെ പോഷിപ്പിച്ചിരിക്കുന്നു (യാക്കോബ് 5:1-5). ഓരോ ധനാഢ്യനും സഹായിയുടെ അനുഭവത്തിലേക്ക് താഴെ ഇറങ്ങി വരേണ്ടതുണ്ട്. കാരണം താഴെ ഇറങ്ങിയ സക്കായി കർത്താവിനെ തന്റെ ഭവനത്തിൽ സന്തോഷത്തോടെ കൈക്കൊണ്ടു കർത്താവിനോട് ഇപ്രകാരം പറഞ്ഞു: എന്റെ വസ്തു വകയിൽ പാതി ദരിദ്രർക്ക് കൊടുക്കുന്നു. വല്ലതും ചതിവായി വാങ്ങി യിട്ടുണ്ട് എങ്കിൽ നാലുമടങ്ങ് മടക്കിക്കൊടുക്കുന്നു. എന്ന് സക്കായി ഇതു പറഞ്ഞ ഉടനെ യേശു ഇപ്രകാരം സക്കായിയോടു പറഞ്ഞു. “ഇന്ന് ഈ വീടിന് രക്ഷ വന്നിരിക്കുന്നു” (ലൂക്കൊ 19 : 8,9). ആരും നശിച്ചു പോകുവാൻ കർത്താവ് ആഗ്രഹിക്കുന്നില്ല; എല്ലാവരും മാനസാന്തരപ്പെട്ട് കർത്താവിന്റെ രക്ഷയെ കണ്ട് സന്തോഷിക്കാൻ യേശു ആഗ്രഹിക്കുന്നു. ഇന്നു നിങ്ങൾ കർത്താവിന്റെ ശബ്ദം കേട്ടിരിക്കുന്നു എങ്കിൽ നല്ല തീരുമാനം

എടുക്കുക നിങ്ങളുടെ നല്ല തീരുമാനത്ത സക്കായിയെ പോലെ കർത്താവിനെ അറിയിക്കുക. എന്നാൽ നിങ്ങളുടെ ഭവനത്തിനും നിങ്ങൾക്കും രക്ഷവരും.

14

നശീകരണം ലോകത്തിൽ എവിടെയും പെരുകുന്നു

രാജ്യം രാജ്യത്തോടും ജാതിജാതിയോടും കലഹിക്കുകയും എതിർക്കുകയും ചെയ്യുന്നത് മുഖാന്തിരം കൊടിയ മനുഷ്യനാശവും നശീകരണവും നടക്കുന്നു. കലഹങ്ങളും യുദ്ധങ്ങളും വലിയ ബോംബു സ്ഫോടനങ്ങളും ചാവേർ

ആക്രമണങ്ങളും അന്തരീക്ഷ മലിനീകരണവും ജലമലിനീകരണവും ലോകത്ത് വലിയ നാശം വിതയ്ക്കുന്നു. ക്ഷാമവും മഹാവ്യാധികളും മുഖാന്തിരം അനേകായിരി ങ്ങൾ മരിച്ച് വീഴുന്നു. പകർച്ച വ്യാധികളാൽ ജനം വലയുന്നു.

15

ഇതിനെല്ലാം കാരണം ആര്

ദൈവത്തോട് മത്സരിക്കുന്ന ലോകരാജത്വങ്ങളും ദൈവവചനത്തോട് മത്സരിക്കുന്ന ദൈവകല്പനകളെ തള്ളികളയുന്ന സകല ജനതകളും തന്നെ. അഹങ്കാരത്താൽ ഒരു രാജ്യം പറയുന്നു; ഞങ്ങൾ ഭൂമിയെ പൂത്തിരി പോലെ കത്തിച്ച് കളയും ശക്തമായ മറ്റൊരു രാജ്യം പറയുന്നു ഞങ്ങൾ ഇനി ആയുധം കൊണ്ടല്ല യുദ്ധം ചെയ്യുന്നത് പ്രകൃതിയെ കൊണ്ട് യുദ്ധം ചെയ്യും. അവർ കാറ്റിന് മുൻകൂട്ടി പേർ നിശ്ചയിക്കുന്നു. കാറ്റ് എത്ര ഭീകരതയിൽ വരുത്താമെന്നും സുനാമി എപ്രകാരം വരുത്താമെന്നും കാറ്റും മഴയും എപ്രകാരം വരുത്താ മെന്നും ഇല്ലാതാക്കാമെന്നും അവർ കണ്ടുപിടിച്ചിരിക്കുന്നു. അവർ ആകാശങ്ങൾക്ക് മുകളിൽ കൂടുകെട്ടി എല്ലാ രാജ്യങ്ങളേയും നിരീ ക്ഷിച്ചുകൊണ്ടുമിരിക്കുന്ന. എന്നാൽ ദൈവം പറയുന്നു, ഞാൻ അവനെ താഴെ ഇറക്കും. തിരുവചനം ഇപ്രകാരം പറയുന്നു. അവർ ചെയ്യുവാൻ നിരൂപിക്കുന്നതൊന്നും അവർക്ക് അസാദ്ധ്യമാകയില്ല. ഇത് കുറേ സമയത്തേയ്ക്ക് മാത്രം. ഇനി കുറഞ്ഞൊന്നു കഴിയു മ്പോൾ മനുഷ്യന്റെ എല്ലാ കണ്ടുപിടിത്തങ്ങളും ശാസ്ത്രവും തല കീഴായ് മറിയും. ലോകം ഞെട്ടും. കാരണം ദൈവം ലോകത്തെ മുഴുവനും കീഴ്മേൽ മറിക്കും അത് എപ്രകാരം യഹോവ ഭൂമിയെ നിർജനവും ശൂന്യവുമാക്കി കീഴ്മേൽ മറിക്കുകയും അതിലെ നിവാസികളെ ചിതറിക്കുകയും ചെയ്യും. ജനത്തിനും പുരോഹിതനും, ദാസനും, യജമാനനും, ദാസിക്കും, യജമാനത്തിക്കും കൊള്ളുന്നവനും വിൽക്കുന്നവനും കടം കൊടുക്കുന്നവനും കടം വാങ്ങുന്നവനും പലിശ വാങ്ങുന്നവനും പലിശ കൊടുക്കുന്നവനും ഒരുപോലെ ഭവിക്കും. ഭൂമി അശേഷം നിർജനമായും കവർച്ചയായും പോകും;

യഹോവയല്ലോ ഈ വചനം അരുളി ചെയ്തിരിക്കുന്നത്. ഭൂമി ദുഃഖിച്ചു വാടിപ്പോകുന്നു, ഭൂതലവും ക്ഷയിച്ചു വാടിപ്പോകുന്നു. ഭൂമിയിലെ ഉന്നതൻമാർ ക്ഷീണിച്ചു പോകുന്നു. ഭൂമി അതിലെ നിവാസികളാൽ മലിനമായിരിക്കുന്നു.

അവർ പ്രമാണങ്ങളെ ലംഘിച്ച് ചട്ടത്തെ മറിച്ചു നിത്യനിയമത്തിനു ഭംഗം വരുത്തിയിരിക്കുന്നു. അതുകൊണ്ട് ഭൂമി ശാപഗ്രസ്തമായി അതിൽ പാർക്കുന്നവർ ശിക്ഷ അനുഭവിക്കുന്നു; അതുകൊണ്ട് ഭൂവാസികൾ ക്ഷയിച്ചുപോയി ചുരുക്കം പേർ മാത്രം ശേഷിച്ചിരിക്കുന്നു- (യെശയ്യ 24:1-6). ശേഷിച്ചിരിക്കുന്ന ജനം ദൈവത്തിന്റെ ജനം ഇതിൽ നിങ്ങളും ഒരംഗമായി ഇരിക്കുമോ? ലോകനശീകരണത്തിനായി ലോകരാജത്വങ്ങൾ കൂട്ടുചേരുന്നു, ആണവക രാറുകളിൽ ഒപ്പു വയ്ക്കുന്നു. എന്നാൽ എവിടെയും ഭീതി നടമാടുന്നു, ഭക്ഷണക്ഷാമം അതിരൂക്ഷമായിവരുന്നു. കടലിൽ മെർക്കുറിയുടെ (വിഷം) അളവ് അധികരിച്ച് മത്സ്യ സമ്പത്ത് മുഴുവൻ നശിക്കുന്നു. സാമ്പത്തിക പ്രതിസന്ധി ലോകത്തെ ഞെട്ടിക്കുന്നു. അതുമുഖാന്തിരം പുതുയുഗ ക്രമം ലോകജനതകളുടെ മേൽ അടിച്ചേൽപ്പിക്കപ്പെടും. ദൈവത്തിന്റെ സ്വന്ത വിരലുകളാൽ എഴുതപ്പെട്ട പത്തു കല്പനയിലെ നാലാം കൽപനയ്ക്കു വിരോധമായി ദേശീയമായി ഞായറാഴ്ച നിയമം ഉടൻ നിലവിൽ വരും. അപ്പോൾ ദൈവ കല്പനയും യേശുവിന്റെ വിശ്വാസവും അനുസരി ജീവിക്കുന്ന ദൈവജനം ഈ ലോകത്തിൽ പീഡിപ്പിക്കപ്പെടും. അനേകരും പിഢനം ഭയന്ന് പിൻമാറ്റത്തിലേയ്ക്ക് പോകും. ഈ സമയം പരിശുദ്ധാത്മാവിന്റെ പ്രചോദനത്താൽ സത്യത്തിനു സാക്ഷ്യം വഹിക്കുന്ന ദൈവജനം മഹാശക്തിയോടെ സത്യത്തിനുവേണ്ടി പോരാടും. ഈ സത്യം ഗ്രഹിച്ച ദൈവജനം എല്ലാ വിഭാഗങ്ങളിൽ നിന്നും വിശുദ്ധ ബൈബി ളിലേയ്ക്ക് ഉറ്റുനോക്കും. ദൈവം തന്റെ സ്വന്ത വിരലുകളാൽ എഴുതിയ പത്തു കല്പന ദൈവം തന്ന പ്രകാരം എല്ലാ രാജ്യങ്ങളിലുമുള്ള ദൈവജനം അതുപോലെ പരസ്യം ചെയ്യുമ്പോൾ ദൈവജനത്തെ പീഡിപ്പിക്കുവാൻ സാത്താന്യ ശക്തികൾ മുഴുവനും ഒന്നായ് എഴുന്നേൽക്കും. അപ്പോൾ യേശുക്രിസ്തുവിന്റെ വാഗ്ദത്തം ദൈവജനം മുറുകെ പിടിക്കും: ഭയപ്പെടേണ്ട, ലോകാവസാനത്തോളം എല്ലാ നാളിലും ഞാൻ നിങ്ങളോടൊപ്പം ഉണ്ട് വാഗ്ദത്തം ചെയ്തവൻ വിശ്വസ്തനല്ലോ” (എബ്രായർ 10:23). അവിടന്ന് തന്റെ ജനത്തെ അപ്പോസ്തലന്മാരെ നയിച്ചതുപോലെ നയിക്കും (ഗലാ 2:5). ഒരു നാഴിക പോലും സത്യത്തിൽ നിന്നും ദൈവജനം വ്യതിചലിക്കുകയില്ല. ശത്രുക്കളുടെ വാളുകൾ അവരുടെ മുമ്പിൽ ഒടിഞ്ഞു വീഴും.

16

അധർമ്മം പെരുകുന്നു

യേശു അരുളി ചെയ്തു: അധർമ്മം പെരുകുന്നതു കൊണ്ട് അനേകരുടെ സ്നേഹം തണുത്തു പോകും. ലോകത്തെവിടെയും അധർമ്മം കൊടികുത്തി പാറുന്നത് നാം കാണുന്നില്ലേ? (മത്താ 24:12) ഭീകര പ്രവർത്തനങ്ങൾ എന്നും എവിടെയും നടമാടുന്നു. കള്ളവും കാപട്യവും കൈക്കൂലിയും കൊള്ളപലിശയും കള്ളത്തുലാസും മായം ചേർക്കലും കൊലപാതകങ്ങളും വഞ്ചനയും കബളിപ്പിക്കലും വിവേചനരഹിതമായ വ്യഭിചാരവും മുൻകാലങ്ങളിൽ ഒരിക്കലും കേട്ടിട്ടില്ലാത്ത സകല മേച്ഛരതകളും കൊണ്ട് എക്കാലത്തെക്കാളും ഭൂമി വഷളായിരിക്കുന്നു. എന്തുകൊണ്ട്? ഈ അധർമ്മങ്ങൾ ദിവസേന വർദ്ധിച്ചു വരുന്നതിനു എന്താണ് കാരണം?

17

സത്യത്തെ വ്യാജമാക്കൽ

വിശുദ്ധ വചനം ഇപ്രകാരം പറയുന്നു. ദൈവത്തിന്റെ സത്യം അവർ വ്യാജമാക്കിക്കളഞ്ഞു. സൃഷ്ടിച്ചവനെക്കാൾ സൃഷ്ടിയെ ഭജിച്ച് ആരാധിച്ചു. അതുകൊണ്ട് ദൈവം അവരെ അപമാനരാഗങ്ങളിൽ ഏൽപ്പിച്ചു. അവരുടെ സ്ത്രീകൾ സ്വാഭാവിക ഭോഗത്തെ സ്വഭാവ വിരുദ്ധമാക്കികളഞ്ഞു. അവ്വണ്ണം പുരുഷന്മാരും സ്വാഭാവിക സ്ത്രീഭോഗം വിട്ട് അന്യോന്യം കാമം ജ്വലിച്ച് ആണോടാൺ അവലക്ഷണമായത് പ്രവർത്തിച്ചു. ഇങ്ങനെ അവർ തങ്ങളുടെ വിഭ്രമത്തിന് യോഗ്യമായ പ്രതിഫലം തങ്ങളിൽ തന്നെ പ്രാപിച്ചു. ദൈവത്തെ പരിജ്ഞാനത്തിൽ ധരിപ്പാൻ ഇഷ്ടമില്ലാത്തതിന് തക്കവണ്ണം ദൈവം അവരെ ഉചിതമല്ലാത്തത് ചെയ്യുവാൻ തക്കവണ്ണം നികൃഷ്ട ബുദ്ധിയിൽ എൽപ്പിച്ചു അവർ സകല അനീതിയും ദുഷ്ടതയും അത്യാഗ്രഹവും ദുർബുദ്ധിയും നിറഞ്ഞവർ. അസൂയ, കൊല, പിണക്കം, കപടം, ദുശ്ശീലം എന്നിവ തിങ്ങിയവർ കുരളക്കാർ, ഏഷണിക്കാർ ദൈവദോഷികൾ, നിഷ്ഠൂരന്മാർ, ഗർവ്വിഷ്ടന്മാർ, ആത്മ പ്രശംസക്കാർ, പുതുദോഷം സങ്കല്പ്പിക്കുന്നവർ, മാതാപിതാക്കന്മാരെ അനുസരികാത്തവർ, ബുദ്ധിഹീനർ, നിയമലംഘികൾ, വാത്സല്യമില്ലാത്തവർ, കനിവറ്റവർ ഈവക പ്രവർത്തിക്കുന്നവർ മരണ യോഗ്യർ എന്നുള്ള ദൈവന്യായം അവർ അറിഞ്ഞിട്ടും അവയെ പ്രവർത്തിക്കുക മാത്രമല്ല പ്രവർത്തിക്കുന്നവരിൽ പ്രസാദിക്കുകയും കൂടിച്ചെയ്യുന്നു (റോമർ 1:25-31). അനീതിക്ക് കൂട്ടു നിൽക്കുന്ന ലോകമേ നിനക്ക് അയ്യോ കഷ്ടം യഹോവയുടെ വചനം കേൾപ്പിൻ യഹോവയ്ക്ക് ദേശനിവാസികളോട് ഒരു വ്യവഹാരമുണ്ട്. ദേശത്ത് സത്യവും ഇല്ല ദയയും ഇല്ല, ദൈവപരിജ്ഞാനവും ഇല്ല. അവർ ആണയിടുന്നു, ഭോഷ്ക്ക് പറയുന്നു. കുലചെയ്യുന്നു. മോഷ്ടിക്കുന്നു, വ്യഭിചരിക്കുന്നു, വീട് മുറിക്കുന്നു. രക്തപാതകത്തോട് പാതകം കൂട്ടുന്നു. അതുകൊണ്ട് ദേശം ദുഃഖിക്കുന്നു, അതിലെ സകല നിവാസികളും വയലിലെ മൃഗങ്ങളും ആകാശത്തിലെ പറവകളും ക്ഷീണിച്ച് പോകുന്നു. സമുദ്ര ത്തിലെ

മത്സ്യങ്ങളും ഇല്ലാതാകുന്നു(ഹോശ 4:1-3).

സർവ്വശക്തനായ ദൈവം ഈ പ്രപഞ്ചത്തെയും അവയിലുള്ള സകല ചരാചരങ്ങളെയും സൃഷ്ടിച്ചിരിക്കുന്നു (നെഹെ 9:6). അവിടന്ന് അവയൊക്കെയും ഇന്നുവരെയും കാത്ത് പരിപാലിച്ചുവരുന്നു. സത്യമായി സൃഷ്ടിച്ചിട്ടുള്ള ഓരോ സൃഷ്ട വസ്തുക്കളിലുടെയും പ്രകൃതിമുഖേനെയും മനുഷ്യന് വെളിപ്പെടുത്തിയുമിരിക്കു ന്നു. ഇപ്രകാരം ദൈവം വെളിപ്പെടുത്തിയിരിക്കുന്നു എന്നത് ഉല്പത്തി ഒന്നും രണ്ടും അദ്ധ്യായങ്ങളിൽ നിന്നും നാം മനസ്സിലാക്കും വിധേന ദൈവത്താൽ നമുക്ക് വെളിപ്പെടുത്തപ്പെട്ടിരിക്കുന്നു. ഉൽപത്തി 1,2 അദ്ധ്യായങ്ങൾ വായിക്കുക. ഈ മഹാദൈവത്തിന്റെ നിത്യശക്തിയും ദൈവീകവും കാണുവാൻ കഴിയാത്തതുമായ സ്വഭാവം ഒക്കെയും ലോകസ്ഥാപനം മുതൽ സൃഷ്ടിക്കപ്പെട്ടിട്ടുള്ളതിൽ നിന്നും ബുദ്ധിക്ക് തെളിവായി വെളിപ്പെട്ടുവരുന്നു. ആകയാൽ യാതൊരു മനുഷ്യനാലും, ഒരു മതത്തിനാലും, ഒരു ശാസ്ത്രത്തിനാലും യാതൊരു ഒഴികഴിവ് പറയുവാൻ സാധിക്കുകയില്ല എന്ന് വിശുദ്ധ വേദപുസ്തകം വെളിപ്പെടുത്തുന്നു(റോമർ 1:19,20).

ഈ ശ്രേഷ്ട സത്യത്തെ ദൈവം അവിടത്തെ വചനങ്ങളാൽ ഇപ്രകാരം വെളിപ്പെടുത്തിയിരിക്കുന്നു "എന്റെ കൈ ഇതൊക്കെയും ഉണ്ടാക്കി. അങ്ങനെയാകുന്നു ഇതൊക്കെയും ഉളവായത് എന്നു യഹോവ അരുളിച്ചെയ്യുന്നു; എങ്കിലും അരിഷ്ടനും, മനസ്സ് തകർന്നവനും, എന്റെ വചനത്തിങ്കൽ വിറക്കുന്നവനുമായ മനുഷ്യനെ ഞാൻ കടാക്ഷിക്കും" (യെശയ്യാ 66:2). ആകയാൽ യഹോവ തന്നെ ദൈവം എന്ന് അറിഞ്ഞുകൊൾവിൻ, അവിടന്ന് നമ്മെ ഉണ്ടാക്കി, നാം അവിടത്തേക്കുള്ളവർ ആകുന്നു എന്ന സത്യം ലോകം അറിഞ്ഞിരിക്കുന്നു. ആ ദൈവത്തെ ദൈവമെന്നോർത്തു മഹത്വീകരിക്കുകയോ നന്ദികാണിക്കുകയോ ചെയ്യാതെ തങ്ങളുടെ നിരൂപണങ്ങളിൽ വ്യർത്ഥരായിത്തീർന്നു. അവരുടെ വിവേകമില്ലാത്തഹൃദയം ഇരുണ്ടുപോയി. ഇങ്ങനെയുള്ളവർ തങ്ങളെ ജ്ഞാനികൾ എന്ന് സ്വയം പറഞ്ഞു കൊണ്ട് മൂഢരായിപ്പോയി. കാരണം അന്ത്യനാളുകളിൽ ലോകം ഒരു പൊട്ടിത്തെറിയിലൂടെ ഉണ്ടായി എന്ന് ദൈവത്താൽ സൃഷ്ടിക്കപ്പെട്ട മനുഷ്യൻ; ഭോഷ്ക്ക് പറയുന്നു. സത്യത്തെ മേലങ്കിയാൽ മറച്ചിടുന്നു. കള്ളം പറയുന്നവനും അതിന്റെ അപ്പനുമായിരിക്കുന്ന സാത്താനോട് ചേർന്ന് അവ്യക്തമായ ഒരു ചരിത്രം ചമച്ചുകൊണ്ട് ലോകത്തിൽ കൊച്ചുകുട്ടികൾ മുതൽ മുതിർന്നവരെയും വിദ്യാഭ്യാസ സ്ഥാപനങ്ങൾ മുഖേന വഞ്ചിക്കുന്നു. ദൈവത്തിൽ വിശ്വാസമുള്ളവരായിരിക്കുന്നു എന്ന് അവകാശപ്പെടുന്ന ക്രൈസ്തവ മേഖ

ലകളിലും കൂടെ ഈ അസത്യം നുഴഞ്ഞുകയറി അനേകരും വഞ്ചി തരാകുന്നു. ഈ അസത്യം നിലനിൽക്കുന്നിടത്തോളം കാലം, ലോകം ഭയങ്കര നാശത്തിലേക്ക് വഴുതി നീങ്ങുന്നു. (യോഹ 8:44). ഓരോ ജീവരാശിക്കും മനുഷ്യനും ഒവ്വോരുവിധമായ ശാരീരിക പ്രകൃതം ദൈവം ഏർപ്പെടുത്തിയിരിക്കുന്നു. ഒരു മരമായാലും അങ്ങനെതന്നെയാണ്. അതാത് മരം അതിന്റെ തന്നെ ഫലത്താൽ തിരിച്ചറിയപ്പെടുന്നു. (ലൂക്ക 6:44). കുരങ്ങ് മനുഷ്യക്കുഞ്ഞിനെ പ്രസവിച്ചിട്ടുണ്ടോ? സ്ത്രീ കുരങ്ങിന്റെ കുഞ്ഞിനെ പ്രസവിച്ചിട്ടുണ്ടോ? സാത്താന് ദൈവ മാകാൻ സാധിക്കുമോ? സത്യം അസത്യമായി മാറുമോ? ഒരിക്കലും സാധിക്കില്ല, പ്രിയമുള്ളവരേ "ദൈവം ആകാശത്ത് നിന്ന് മഴയും ഫല പുഷ്ടിയുള്ള കാലങ്ങളും നിങ്ങൾക്ക് തരികയും; ആഹാരവും സന്തോഷവും നൽകി നിങ്ങളെ തൃപ്തരാക്കുകയും; ചെയ്തുപോന്നതിനാൽ തന്നെക്കുറിച്ച് സാക്ഷ്യം തരാതിരുന്നിട്ടില്ല"(അപ്പോ 14:17). ഇപ്രകാരം സാക്ഷ്യം നല്കുന്ന ദൈവത്തെ പരീക്ഷിക്കാൻ മനുഷ്യൻ മുതിരുന്നതിനാൽ ഇന്ന് ഭൂമിക്ക് കീഴേ 100 മീറ്ററിനും താഴേ 27 കി. മീറ്റർ ചുറ്റളിൽ 100 കോടി ഡോളർ ചിലവ് ചെയ്ത് പത്ത് വർഷത്തിൽ ദൈവത്തെയും ദൈവദൂതന്മാരെയും സൃഷ്ടിപ്പിന്റെ ആരംഭത്തെയും കണ്ടു പിടിക്കുവാൻ 'കാണിക' എന്ന പേരിൽ ഒരു പരീക്ഷണശാല പ്രവർത്തിച്ചുകൊണ്ടിരിക്കുന്നു. ഇപ്രകാരമുള്ള ഒരു പരീക്ഷണം ആവ ശ്യമോ? ബുദ്ധിയുള്ളവൻ ഇതേക്കുറിച്ച് ചിന്തിച്ചു കൊള്ളട്ടെ. അവർ ദൈവത്തിന്റെ കൃപകളെക്കുറിച്ച് ചിന്തിച്ചുകൊള്ളട്ടെ. ദൈവം മനു ഷ്യനെ നേരുള്ളവനായി സൃഷ്ടിച്ചു; അവനോ അനേകം സൂത്രങ്ങളെ കണ്ടു പിടിക്കുന്നു. ദൈവത്തെ പരീക്ഷിക്കരുത് (മത്തായി 4:7) ദൈവപരിജ്ഞാനം ഇല്ലായ്കയാൽ; ദേശത്തിലെ സകലവും മനുഷ്യരും നശിക്കുന്നു.

18
വിവാഹം വിശുദ്ധം

നിങ്ങളെ വിവാഹത്തിലൂടെ ദൈവം തന്നെയാണ്
യോജിപ്പിച്ചിരിക്കുന്നതെന്ന് മറന്നു പോകരുത്.വിവാഹം വിശുദ്ധം

ദൈവത്താൽ സൃഷ്ടിക്കപ്പെട്ട ഒരാണിന്റെയും പെണ്ണിന്റെയും ഒത്തുചേരലാണ് വിവാഹം. ദൈവം അത് ഏദൻതോട്ടത്തിൽ ആദ്യമായി അവിടന്ന് തന്നെ നടത്തി; അവരെ ഇപ്രകാരം അനുഗ്രഹിച്ചുകൊണ്ട് പറഞ്ഞു; നിങ്ങൾ സന്താനപുഷ്ടിയുള്ളവരായി പെരുകി ഭൂമിയിൽ നിറഞ്ഞ് അതിനെ

അടക്കി സമുദ്രത്തിലെ മത്സ്യത്തിന്മേലും ആകാ ശത്തിലെ പറവജാതിയിന്മേലും സകല ഭൂചരജന്തുവിന്മേലും വാഴു വിൻ എന്ന് അവരോട് കല്പിച്ചു. (ഉല്പ 1:28).

ഒരിക്കൽ ചില പരീശന്മാർ യേശുവിന്റെ അടുക്കൽ വന്ന് വിവാഹത്തെ സംബന്ധിച്ച് എപ്രകാരമുള്ള മറുപടിയാണ് യേശു തങ്ങൾക്ക് തരുവാൻ പോകുന്നത് എന്ന് പരീക്ഷിച്ച് ചേദിച്ചു. ചോദ്യം ഇപ്രകാ രമായിരുന്നു.

ഏതു കാരണം ചൊല്ലിയും ഭാര്യയെ ഉപേക്ഷിക്കുന്നത് വിഹി തമോ? (മത്താ 19:3). അതിന് കർത്താവ് ഇപ്രകാരം മറുപടി പറഞ്ഞു.

സൃഷ്ടിച്ചവൻ ആദിയിൽ അവരെ ആണും പെണ്ണുമായി സൃഷ്ടിച്ചു എന്നും; അതു നിമിത്തം മനുഷ്യൻ അപ്പനെയും അമ്മയെയും വിട്ട് ഭാര്യയോട് പറ്റിച്ചേരും; ഒരു ദേഹമായിത്തീരും എന്നു അരുളിച്ചെയ്തതു എന്നും നിങ്ങൾ വായിച്ചിട്ടില്ലയോ? അതുകൊണ്ട് അവർ മേലാൽ രണ്ടല്ല ഒരു ദേഹമത്രേ ആകയാൽ ദൈവം യോജിപ്പിച്ചതിനെ മനുഷ്യർ വേർപിരിക്കരുത് എന്ന് ഉത്തരം പറഞ്ഞു (മത്താ 19:3-6).

അതുകൊണ്ട് വിവാഹം എല്ലാവർക്കും മാന്യവും കിടക്ക നിർമ്മ ലവുമായിരിക്കട്ടെ. എന്നാൽ ദുർന്നടപ്പുകാരെയും വ്യഭിചാരികളെയും ദൈവം വിധിക്കും (എബ്രാ 13:4). എന്നാൽ വ്യഭിചാരികളെ കൊണ്ട് ലോകം നിറഞ്ഞിരിക്കുന്നു (യിരെമ്യ 3:2).

ദൈവം ആദാമിനെ സൃഷ്ടിച്ച് അവന് തുണയായിരിക്കാൻ യാതൊരു മൃഗത്തെയോ മറ്റ് ഒരു ആദാമിനെയോ നിയമിച്ചില്ല; അവന് തക്കതായ ഒരു തുണയെ ഉണ്ടാക്കിക്കൊടുക്കും എന്ന് ദൈവം അരു ളിച്ചെയ്തു. (ഉല്പ 2:18). അപ്രകാരം ആദാമിനെ വരുത്തി അവനെ ഒരു ഗാഢനിദ്രയിലാഴ്ത്തി. അവൻ ഉറങ്ങിയപ്പോൾ അവന്റെ വാരിയെല്ലുകളിൽ ഒന്നെടുത്ത് അതിന് പകരം മാംസം പിടിപ്പിച്ചു; എടുത്ത വാരിയെല്ലിനെ ഒരു സ്ത്രീയാക്കി. ഉണ്ടാക്കിയ സ്ത്രീയെ ആദാമിന്റെ അടുക്കൽ കൊണ്ടുവന്നു. സ്ത്രീയെ കണ്ട ഉടൻ ആദാം ഇപ്രകാരം പറഞ്ഞു.

"ഇത് ഇപ്പോൾ എന്റെ അസ്ഥിയിൽ നിന്ന് അസ്ഥിയും എന്റെ മാംസത്തിൽ നിന്ന് മാംസവും ആകുന്നു" (ഉല് 2:21-23).

അപ്രകാരം നമ്മെ സൃഷ്ടിച്ചവനായ ദൈവം ആദാം എന്ന ഒരു പുരുഷനിലെ 206 അസ്ഥികളിൽ ഒരു വാരിയെല്ല് മാത്രമെടുത്ത് ഒരു സ്ത്രീയെ ഉണ്ടാക്കി. അവന് ഇണയാക്കിവെച്ചു. ഇപ്രകാരമുള്ള ദൈവനിയമത്തെ മാറ്റുവാനും വിലക്കുവാനും ഒന്നായിരിക്കുന്നവരെ വേർപിരിക്കുവാനുള്ള അധികാരം മനുഷ്യനില്ല. ബഹുഭാര്യത്വം ദൈവനിയ മമല്ല. ഒരാണും പെണ്ണും ഒത്തുചേരുന്നതാണ് ദൈവനിയമം. അത് പ്രകൃതി വിരുദ്ധമല്ല. എന്നാൽ

ഒരാണും ആണും അല്ലെങ്കിൽ പെണ്ണും പെണ്ണും സ്വവർഗ്ഗരതിയിൽ ഏർപ്പെടുന്നത് ദൈവനിയമത്തിനുവിരോ ധവും പ്രകൃതിവിരുദ്ധവുമെന്ന് വിശുദ്ധ വചനം അനുശാസിക്കുന്നു. ഇത് അവമാനരാഗമെന്നും അവലക്ഷണമെന്നും വിശുദ്ധ വചനം പറയുന്നു (റോ 1:26,27).

ഈ അന്ത്യകാലത്തു പല ശാസ്ത്രജ്ഞന്മാരും പലജന്തുക്കളെയും പല മൃഗങ്ങളെയും നിരീക്ഷിച്ചപ്പോൾ അവയിൽ പലതും സ്വവർഗ്ഗരതിയിൽ ഏർപ്പെടുന്നതായി അവർ കണ്ടു എന്നും അത് പ്രകൃതി വിരുദ്ധമല്ലെന്നും ആയതിനാൽ മനുഷ്യരും സ്വവർഗ്ഗരതിയിൽ ഏർപ്പെടാമെന്നും പറഞ്ഞുകൊണ്ട് പല ഉന്നത തലത്തിലുള്ള വർപോലും ഈ പ്രവർത്തിയിൽ ഏർപ്പെടുകയും അതിന് വേണ്ടി വാദിക്കുകയും ആയതിന്റെ ഫലമായി ഈ ലോകകോടതികളും ഈ മേച്ഛരതയ്ക്ക് അംഗീകാരം നൽകിയുമിരിക്കുന്നു. ഇത് ദൈവനിയമവിരുദ്ധവും നികൃഷ്ടവും അവലക്ഷണമായത് എന്നും മനുഷ്യൻ മറന്നു പോകരുത്. മനുഷ്യൻ മനുഷ്യന്റെ സ്വാഭാവം തന്നെ വെളിപ്പെടുത്തണം. മൃഗത്തിന്റെ സ്വഭാവമല്ല വെളിപ്പെടുത്തണ്ടത്. ദൈവത്തിന്റെ ഛായയിൽ സൃഷ്ടിക്കപ്പെട്ടത് മനുഷ്യൻ മാത്രമാണ്. അതുകൊണ്ട് അവൻ സുബോധമുള്ളവൻ ആയിരിക്കേണം എന്ന് തിരുവചനം പറയുന്നു. ഭൂമിയിൽ നടക്കുന്ന എല്ലാ വിവാഹവും സ്വർഗ്ഗം അംഗീകരിച്ചതല്ല. കാരണം ദൈവം അംഗീകരിച്ചതായ വിവാഹത്തിനു വ്യഭിചാരത്താലോ മരണത്താലോ അല്ലാതെ വേർപ്പാട് ഉണ്ടാകുന്നില്ല. അത് ദൈവനിയമങ്ങൾക്ക് കീഴ്പ്പെടുകയും സ്വർഗ്ഗത്തിൽ അംഗീകരിക്കപ്പെടുകയും ചെയ്യുന്നു. ഈ പുതുയുഗത്തിൽ അനേകം വിവാഹങ്ങളും അല്പനേരത്തെ ലൗകികതയ്ക്ക് മാത്രമുള്ളതായി മാറുന്നു. സ്ത്രീ ഒരു സുഖഭോഗ വസ്തുവായി മാറ്റപ്പെടുന്നു. പല വിവാഹങ്ങളും പല രാജ്യങ്ങളിൽ മണിക്കൂറുകൾക്കകം വേർപിരിയ പ്പെടുന്നു. ഇത് മുഖാന്തരം നാൾതോറും ആത്മഹത്യയും ദുർമരണവും ലോകത്ത് പെരുകിവരുന്നു.

19

ആഡംബരം ഒഴിവാക്കുക. വിവാഹവും ലളിതമായിരിക്കട്ടെ

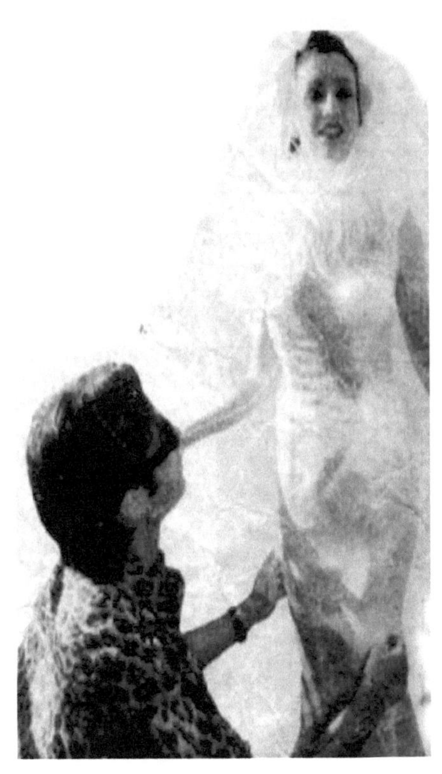

27 കോടിയുടെ വിവാഹവസ്ത്രം

സംശയിക്കേണ്ട ഇറ്റലിക്കാരിയായ സബ്രിനാ ബാറഗ്ലിയ വിവാഹ ദിനമണിഞ്ഞ ഗൗണിന്റെ മാത്രം വിലയാണ് 27 കോടി. 1998 ഡിസംബർ 7 നായിരുന്നു സബ്രിനായുടെ വിവാഹം. ഇതുകേട്ട് ഞെട്ടാൻ വരട്ടെ. വിലയിൽ ഇതിനെയും കവച്ചു വയ്ക്കുന്ന മറ്റൊരു വിവാഹവ സ്ത്രവും നിർമ്മിക്കപ്പെട്ടിട്ടുണ്ട് . 1989 മാർച്ച് 23 ന് ഫ്രാൻസിലെ പാരീസിൽ പ്രദർശിപ്പിച്ച് അതിന്റെ വിലയെത്രയെന്നോ? ഏകദേശം 33 കോടി. അല ക്സാണ്ടർ റേസായുടെ രത്നങ്ങൾ പ്ലാറ്റിനത്തിൽ വിളക്കിച്ചേർത്ത് ഹെലൻ ഗെയ്ൻവില്ലേ എന്ന ഡിസൈനറാണ് ലോകത്തിലെ ഏറ്റവും വിലകൂടിയ ഈ വിവാഹവസ്ത്രം നിർമ്മിച്ചത്. അതുല്യമായ രത്നങ്ങളും വജങ്ങളും കൊണ്ടല ങ്കരിക്കപ്പെട്ടതിനാലാകാം ഈ വസ്ത്രത്തിന് ഇത്രയേറെ വിലവന്നത്.

കോടികളുടെയും ലക്ഷങ്ങളുടേയും ധൂർത്ത് ദൈവം വെറുക്കുന്നു. ദൈവവ്യവസ്ഥകൾക്ക് അനുയോജ്യമായിരിക്കട്ടെ നിങ്ങളുടെ വിവാഹം. ലോക പ്രശസ്തയായ സാനിയാമിർസ തന്റെ വിവാഹ നിശ്ചയ ദിനത്തിൽ ധരിച്ച വസ്ത്രത്തിന്റെ വില 20 ലക്ഷം. അമൂല്യ രത്നങ്ങളും വജ്രങ്ങളും സ്വർണ്ണാഭരണങ്ങളും കൊണ്ടു അലങ്കരിക്കപ്പെടുന്നവർക്കു ദൈവത്തിന്റെ മുന്നറിയിപ്പ്. അതിന്റെ വാതിലുകൾ വിലപിച്ചു ദുഃഖിക്കും. അതു ശൂന്യമായി നിലത്തു കിടക്കും. (യെശ 3:16-26; പുറപാട് 33:3-6) വരെ വായിക്കുക ഇവയെല്ലാം; കള്ളന്മാരാൽ കൊള്ള യടിക്കപ്പെടുകയും. ഇത് പാഴ് വസ്തുക്കളെന്ന് എണ്ണുന്ന കാലം അടുത്തിരിക്കുന്നു.

20

മനുഷ്യശരീരത്തിന്റെ നിർമ്മാതാവ്

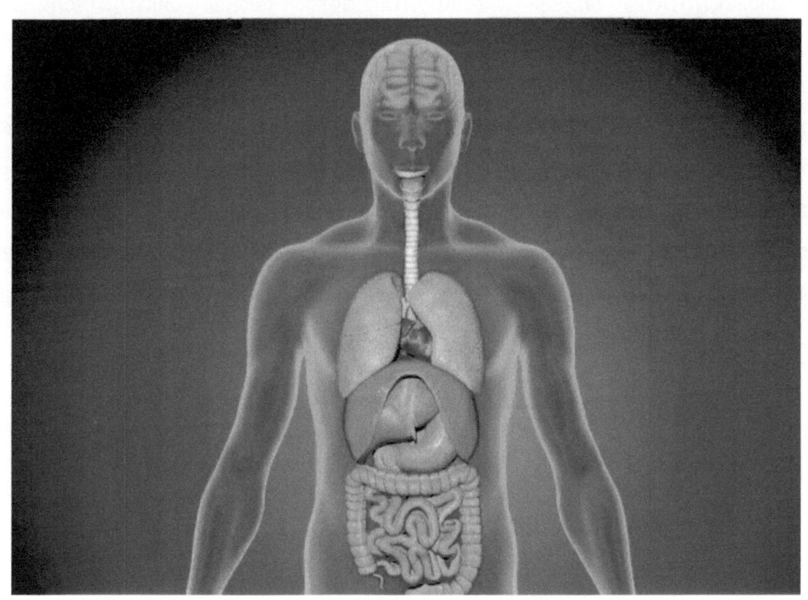

മനുഷ്യശരീരത്തിന്റെ നിർമ്മാതാവും വിദഗ്ധ ശില്പിയുമായ ദൈവം മനുഷ്യനെ തന്റെ ഛായയിലും സാദൃശ്യത്തിലും സൃഷ്ടിക്കാൻ തീരുമാനിച്ചു(ഉല് 1:26).

ദൈവം തന്നെ പോലെ അവനെ മെനഞ്ഞു. തന്റെ ജീവശ്വാസം അവനിൽ ഊതി. കാണുവാൻ കണ്ണുകളും, കേൾക്കുവാൻ കാതു കളും,

ശ്വസിക്കാൻ മൂക്കും, രുചിക്കാൻ നാവും, സംസാരിക്കാൻ വായും, ചവയ്ക്കാൻ പല്ലും, എല്ലാം വിവേചിച്ചറിയുവാനുള്ള ബുദ്ധിയും, അതിനെ മൂടി

സൂക്ഷിക്കാൻ തലയോടും, തലയിലും ശരീര ഭാഗങ്ങളിൽ ഭംഗിക്കായി രോമങ്ങളും, പ്രവർത്തിക്കാൻ കൈകളും, നടക്കുവാൻ കാലുകളും നൽകി. കാണുകയും കേൾക്കുകയും ചെയ്യുന്നത് ഓർമ്മയിൽ സൂക്ഷിക്കുവാൻ തലച്ചോറും; അപ്രകാരം മനുഷ്യൻ അതിശയവും ഭയങ്കരവുമായി സൃഷ്ടിക്കപ്പെട്ടിരിക്കുന്നു. ഒരു മനുഷ്യൻ തന്റെ ശരീരകലയെക്കുറിച്ച് അല്പം ചിന്തി ക്കുകയാണെങ്കിൽ തീർച്ചയായും ഈ വിദഗ്ദ ശില്പിയെ കാണാൻ കൊതിക്കാതിരിക്കയില്ല. “ദൈവത്തെ അന്വേഷിക്കുന്ന ബുദ്ധിമാന്മാരുണ്ടോ എന്ന് കാൺമാൻ യഹോവ സ്വർഗ്ഗത്തിൽ നിന്നും മനുഷ്യപുത്രന്മാരെ നോക്കുന്നു. അവരെല്ലാവരും വഴി തെറ്റി കൊള്ളരുതാ ത്തവരായി തീർന്നിരിക്കുന്നു. നന്മ ചെയ്യുന്നവനില്ല, ഒരുത്തൻ പോലുമില്ല. നീതികേട് പ്രവർത്തിക്കുന്നവർ ആരും അറിയുന്നില്ലയോ? അപ്പം തിന്നുന്നതുപോലെ അവർ എന്റെ ജനത്തെ തിന്നുകളയുന്നു; യഹോവയോടവർ പ്രാർത്ഥിക്കുന്നില്ല”(സങ്കീ 14:2-4).

ഇപ്രകാരം അവർ ദൈവത്തിൽ നിന്നകലുന്നതു മുഖാന്തരം ജഡമോഹങ്ങളിൽ അകപ്പെട്ട് മനുഷ്യൻ പൈശാചികമായ രീതികളിൽ പെരുകിവരുന്നു. ലോകവും ലോകമനുഷ്യരും ഒരു ഫാഷനായി മാറുന്നു. ഈ പുതുയുഗത്തിൽ ഫാഷൻ വളർന്ന് ദൈവനിർമ്മിതമായ ശരീരമാസകലം കുത്തിത്തുളച്ച് വികൃതമാക്കപ്പെടുന്നു. ഫാഷൻ എവിടെ വരെ എത്തി എന്ന് ഈ ചിത്രം കാണുക.

21

ഫാഷൻ ലോകം

ഇപ്പോൾ ആഭരണം ചുണ്ടിലും നാക്കിലും, എന്തിനാണീ നാക്ക് നീട്ടലും വായ്പ്പിളർപ്പും. നാക്കിലെയും വായിലെയും മനോഹാരിത കൂടുതലുണ്ട് എന്നു കാണിക്കാനല്ല. പിന്നെയോ അണിഞ്ഞിരിക്കുന്നതായ ആഭരണങ്ങളും, ലോഹങ്ങളും മറ്റുള്ളവരെ കാണിക്കാൻ വേണ്ടിയാണ്; ഈ നാക്ക് നീട്ടലും വായിളർപ്പും. നെറ്റി, പുരികം, കാത്, നാക്ക്, ചുണ്ടുകൾ, കഴുത്ത് എന്ന് വേണ്ട പൊക്കിൾ വരെ കുത്തിത്തുളയ്ക്കുന്ന ഫാഷൻ. ഇത്തരം ഭ്രമങ്ങൾ അങ്ങേയറ്റം അപകടമരണത്തിന് കാരണമാകുന്നു എന്ന് പഠനങ്ങൾ തെളിയിച്ചിരിക്കു ന്നു. ലണ്ടനിലെ ആശുപത്രികളിൽ 95% അത്യാഹിത കേസുകളും ഈ കാടൻ ഫാഷൻ ഭ്രാന്തുമൂലം എത്തുന്നതാകുന്നു. ഇപ്പോൾ ലോകത്തിലെവിടെയും

യുവതി യുവാക്കൾക്കിടയിൽ ഈ ഫാഷൻ പെരുകി വരുന്നതായി നമുക്ക് കാണാൻ കഴിയും. തെറ്റായ മാർഗ്ഗങ്ങൾ ഉപയോഗിച്ച് ശരീരം കുത്തിതുളയ്ക്കുന്നത് മൂലം അവയ വങ്ങൾക്ക് കേടുപാടു സംഭവിക്കും. മാംസം മരവിപ്പിക്കാൻ ഈഥൈൽ ക്ലോറൈഡ് ഉപയോഗിക്കുന്നതും അങ്ങേയറ്റം അപകടകരം എന്ന് പഠനങ്ങൾ തെളിയിച്ചിരിക്കുന്നു. ഇതു മുഖാന്തരം രക്തത്തിൽ വിഷം കലർന്ന് അത് മരണത്തിന് ഇടയാക്കുന്നു. ആകയാൽ ആരും ഏതുവിധേനയും തങ്ങളുടെ ശരീരങ്ങളെ; തങ്ങൾ തന്നെ മുറി പ്പെടുത്തുവാനോ കൊളുത്തിട്ട് തൂക്കുന്നതോ ദൈവത്തെ പ്രീതിപ്പെടുത്തുന്നു എന്ന് ചിന്തിക്കുകയോ അരുത്. ദൈവത്തെ പ്രീതിപ്പെടുത്തുന്ന ജനം ഒരിക്കലും ഇപ്രകാരം പ്രവർത്തിക്കുകയില്ല. ശരീരങ്ങളെ നശിപ്പിക്കുന്നവരെ ദൈവം ശിക്ഷിക്കും എന്ന് എഴുതപ്പെട്ടിരിക്കുന്നു.

22

ഫാഷൻ വസ്ത്രങ്ങൾ

ഫാഷൻ വസ്ത്രങ്ങൾ യുവതലമുറയെ വഴിപിഴപ്പിക്കുന്നു. നമ്മുടെ ശരീരം മറയ്ക്കാനുള്ളതാണ് വസ്ത്രം. എന്നാൽ ഇന്ന് അനേകരും ശരീരമാസകലം മറ്റുള്ളവരെ കാണിക്കുവാനുള്ള വസ്ത്രധാരണമായി മാറിയിരിക്കുന്നു. ആദാമും ഹവ്വയും ദൈവകല്പന ലംഘിച്ചപ്പോൾ അവരെ മറച്ചിരുന്ന മഹിമയുടെ വസ്ത്രം അതായത് നീതിയിൻ വസ്ത്രം അവരിൽ നിന്നും എടുക്കപ്പെട്ടു. അപ്പോൾ അവർ നഗ്നരെന്ന് അറിഞ്ഞ് ഉടനേ അത്തിയുടെ ഇല കൂട്ടിത്തുന്നി തങ്ങൾക്ക് അരയാട ഉണ്ടാക്കി (ഉല്പ്പ് 3 : 7). ഏദൻ തോട്ടത്തിൽ സ്വാതന്ത്ര്യമായി ഭയമില്ലാതെ ദൈവകരങ്ങളെ പിടിച്ച് നടന്നവർ ഇപ്പോൾ ഭയന്ന് തോട്ടത്തിലെ വൃക്ഷങ്ങളുടെ ഇടയിൽ ഒളിച്ചു. എന്നിരുന്നാലും ദൈവം അവരെ വിളിച്ചു. അതിന് ആദം തോട്ടത്തിൽ നിന്റെ ഒച്ചകേട്ടിട്ടു ഞാൻ നഗ്നനാകകൊണ്ട് ഭയപ്പെട്ട് ഒളിച്ചു എന്ന് പറഞ്ഞു. (ഉല്പ 3 : 9,10). നമ്മുടെ ആദിമാതാപിതാക്കൾക്ക് ദൈവത്തിന്റെ മുമ്പിൽ ഭയവും നാണവും ഉണ്ടായിരുന്നു. പിന്നീട് ദൈവം ആദാമിനും ഭാര്യക്കും അത്തിയിലമാറ്റി തോൽ കൊണ്ടു വസ്ത്രം ഉടുപ്പിച്ചു. ശരിയായ വസ്ത്ര ധാരണം; ദൈവത്തിന്റെ നിയമമാകുന്നു. എന്നാൽ ലജ്ജയോ ഭയമോ ഇല്ലാത്ത ഫാഷന്റെ പിന്നിലേക്ക് വലിച്ചിഴയ്ക്കപ്പെട്ട ഒരു കൂട്ടം; ഈ ലോകത്ത് പെരുകിവരുന്നു. ഇവർ ദൈവത്തിന്റെ ആലയത്തിനുള്ളിലും നുഴഞ്ഞു കയറിയിരിക്കുന്നു. മാതാപിതാക്കൾ മക്കളെ ഫാഷൻ ഭ്രമത്തിൽ നിന്നും വിടുവിക്ക ഫാഷൻ അപകട വഴിയാകുന്നു. അതിനായുള്ള പഠനവും വഴികളും ഇന്ന് ലോകത്തിൽ ധാരാള മുണ്ട്. ഇവയിൽ നിന്നും ഒഴിഞ്ഞിരിക്കണം എന്ന് ദൈവം ആഗ്രഹിക്കുന്നു. ദൈവം ആഗ്രഹിക്കുന്ന വസ്ത്രധാരണം സ്ത്രീപുരുഷന്മാർ എപ്രകാരം തങ്ങളെത്തന്നെ അലങ്കരിക്കണമെന്ന് വിശുദ്ധ വചനം പ്രസ്താവിക്കുന്നു. അത് ഇപ്രകാരം ആകുന്നു.

പുരുഷന്റെ വസ്ത്രം സ്ത്രീയും സ്ത്രീയുടെ വസ്ത്രം പുരുഷനും ധരിക്കരുത്. അങ്ങനെ ചെയ്യുന്നവരൊക്കെയും നിന്റെ ദൈവമായ യഹോവയ്ക്ക് വെറുപ്പ് ആകുന്നു (ആവർത്തനം 22 : 5).

“അവ്വണ്ണം സ്ത്രീകളും യോഗ്യമായ വസ്ത്രം ധരിച്ച്; ലജ്ജാശീ ലത്തോടും, സുബോധത്തോടും കൂടെ തങ്ങളെത്തന്നെ അലങ്കരി ക്കണം. പിന്നിയ തലമുടി, പൊന്ന്, മുത്ത്, വിലയേറിയ വസ്ത്രം എന്നി വകൊണ്ടല്ല തങ്ങളെ അലങ്കരിക്കേണ്ടത്. ദൈവഭക്തിയെ സ്വീക രിക്കുന്ന സ്ത്രീകൾക്കുചിതമാകുംവണ്ണം; സൽപ്രവർത്തികളെ കൊ അലങ്കരിക്കേണ്ടത്” (1 തിമോ 2 : 9,10).

“സ്ത്രീ പുരുഷന്മാർ സൽപ്രവർത്തികളാൽ അലങ്കരിക്കപ്പെടേണം. സൗമ്യതയും സവാധാനതയുമുള്ള മനസ്സ് എന്ന അക്ഷയഭൂഷണമായ ഹൃദയത്തിന്റെ ഗൂഢ മനുഷ്യൻ തന്നെയായിരിക്കണം. അത് ദൈവസന്നിധിയിൽ വിലയേറിയതാകുന്നു. ഇങ്ങനെയല്ലോ പണ്ട് ദൈവത്തിൽ പ്രത്യാശ വെച്ചിരുന്ന വിശുദ്ധ സ്ത്രീകൾ തങ്ങളെ ത്തന്നെ അലങ്കരിച്ച് ഭർത്താക്കന്മാർക്ക് കീഴടങ്ങിയിരുന്നത് (1 പത്രോ . 3 : 4,5). “ഫാഷനല്ല നാം മനുഷ്യരുടെ മുമ്പിൽ കാണിക്കേണ്ടത്. ഇനി അതിനായിട്ടുള്ള കാലമല്ല. യേശു പറഞ്ഞു". “അങ്ങനെ തന്നെ മനുഷ്യർ നിങ്ങളുടെ നല്ല പ്രവർത്തികളെ കണ്ട് സ്വർഗ്ഗസ്ഥനായ നിങ്ങളുടെ പിതാവിനെ മഹത്വപ്പെടുത്തേണ്ടതിന് നിങ്ങളുടെ വെളിച്ചം അവ രുടെ മുമ്പിൽ പ്രകാശിക്കട്ടെ”(മത്താ 5:16).

ദൈവനിർമ്മിതമായ നമ്മുടെ ശരീരങ്ങൾ പരസ്യം പതിക്കാനുള്ള ചുവരല്ല; ഇന്ന് അനേകരും തങ്ങളുടെ ശരീരങ്ങളെ പരസ്യത്തിനായി ഏല്പിച്ച് കൊടുത്ത് ധനസമ്പാദ്യം കൂട്ടുന്നു. എന്നാൽ നമ്മുടെ ശരീരം ദൈവത്തിന്റെ ആലയമാകയാൽ നമ്മുടെ ശരീരങ്ങളെ നാം കുത്തിത്തുളച്ചും പ്ലാസ്റ്റിക് സർജറി ചെയ്ത് മുഖരൂപം മാറ്റിയും, മയക്കുമരുന്നു കുത്തിക്കയറ്റിയും, പച്ചകുത്തിയും വികൃതമാക്കരുത്. അത് വലിയ അപകടമാണ്. തിരുവചനം ഇപ്രകാരം പറയുന്നു.

നിങ്ങൾ ദൈവത്തിന്റെ ആലയമെന്നും, ദൈവത്തിന്റെ ആത്മാവ് നിങ്ങളിൽ വസിക്കുന്നു എന്നും നിങ്ങൾ അറിയുന്നില്ലയോ? ദൈവ ത്തിന്റെ ആലയം നശിപ്പിക്കുന്നവനെ ദൈവം നശിപ്പിക്കും. ദൈവത്തിന്റെ ആലയം വിശുദ്ധമല്ലോ; നിങ്ങളും അങ്ങനെതന്നെ.

ആകയാൽ നിങ്ങളുടെ ശരീരം കൊണ്ടും ദൈവത്തെ മഹത പ്പെടുത്തുവിൻ. (1 കൊരി 3 : 16,17).

23

എല്ലും തോലുമായി ശരീരം വയറ്റിൽ ഗുളികകൾ മാത്രം

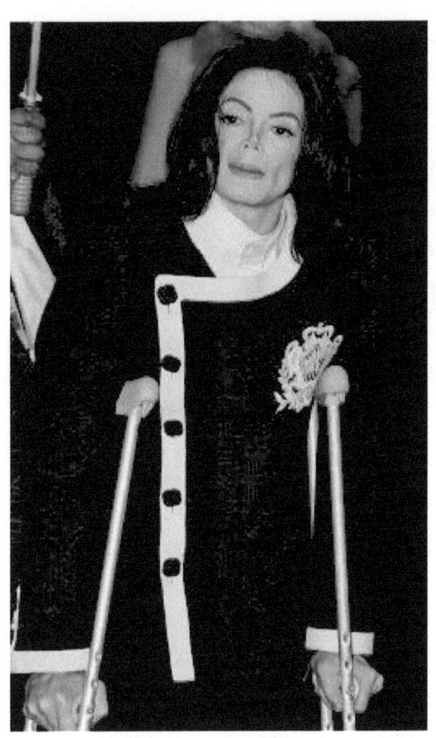

പോപ്പ് ഗായകൻ മൈക്കിൾ ജാക്സന്റെ അവ സാനദിവസങ്ങളിലെ ആരോഗ്യസ്ഥിതി അതിദയനീയമായിരുന്നെന്ന് വെളിപ്പെടുത്തുന്ന പോസ്റ്റ്മാർട്ടം റിപ്പോർട്ട് പുറത്തുവന്നു.

തലയിൽ മുടിയില്ല. മുഖത്ത് നിറയെ പ്ലാസ്റ്റിക് സർജറിയുടെ പാടുകൾ. മൂക്കിന്റെ പാലം തകർന്നു.

ഹൃദയത്തിൽ അഡ്രിനാലിൻ കുത്തിവെച്ചതിന്റെ സൂചിപ്പാടുകൾ, നെഞ്ചിൽ ഇടിച്ച് ഹൃദയതുടിപ്പ് തിരിച്ചുകൊണ്ടു വരാൻ ശ്രമിച്ചതുകൊണ്ടാവാം വാരിയെല്ലുകൾ തകർന്നു.

വയറ്റിൽ മരണവേളയിൽ പലതരം ഗുളികകൾ മാത്രം ശരീരമാസകലം കുത്തിവെച്ചതിന്റെയും ശസ്ത്രക്രിയകളുടെയും പാടുകൾ കാൽമുട്ടിലും കണങ്കാലിലും ചതവും മുതുകത്ത് മുറിവും പേരിനു മാത്രം ഭക്ഷണം കഴിച്ചിരുന്ന ജാക്സന്റെ ഭാരം 51 കിലോഗ്രാം.

ജാക്സന്റെ കുടുംബാംഗങ്ങളുടെ ആവശ്യപ്രകാരം രണ്ടാമത് നടത്തിയ മൃതദേഹപരിശോധനയുടെ ഫലം 'ദി സൺ' ദിനപത്രമാണ് പുറത്തുവിട്ടത്.

ആർക്ക് കഷ്ടം? ആർക്ക് ദുഃഖം?

ലോകം മുഴുവൻ പിടിച്ചടക്കിയ ശക്തനായ അലക്സാണ്ടർ ചക്രവർത്തി സന്തോഷത്തിൽ മതിമറന്ന് മദ്യം കുടിച്ചു. ആമാശയം നശിച്ച് തന്റെ യൗവ്വനത്തിൽ മരിക്കാനിടയായി.

മദ്യപാനികൾ ദൈവരാജ്യം അവകാശമാക്കുകയില്ല എന്ന് തിരുവചനം പറയുന്നു. മാത്രമല്ല ജഡത്തിനെ തൃപ്തിപ്പെടുത്തുന്ന ജഡാഭിലാഷങ്ങളിൽ ഏർപ്പെടുന്ന ആരും ദൈവരാജ്യം അവകാശ മാക്കുകയില്ല. (ഗലാത്യ 5: 19,20) ജീവശ്വാസം ദൈവത്തിന്റേതാണ്. മനുഷ്യന് ലോകം പിടിച്ചടക്കാം. അവനിലുള്ളതായ ജീവശ്വാസം പിടിച്ചടക്കാൻ ഇന്നെവരെ ഒരു മനുഷ്യശക്തിക്കും സാദ്ധ്യമായിട്ടില്ല. കാരണം ജീവന്റെ ഉടയവൻ ദൈവം മാത്രമാണ്.

ആശ്ചര്യം!

മദ്യനിരോധനത്തിനായി ലോകത്തിൽ പല സംഘടനകളും, പല രാഷ്ട്രീയ നേതാക്കളും അനേക സഭാ നേതാക്കളും മാന്യവ്യക്തികൾ അനേകരും ജീവൻ മരണ പോരാട്ടം ഇന്നേവരെ നടത്തി കൊണ്ടിരിക്കുന്നു. എന്നാൽ ഇന്ന് മദ്യഷാപ്പുകളും, ബാറുകളും മദ്യ പാനികളും, വർദ്ധിച്ചുവരുന്നതായി നമുക്ക് കാണുവാൻ സാധിക്കും.

24

പേപ്പൽ ബിയർ

ഇതു കാരണം ഗവൺമെന്റിന് കോടികളുടെ വരുമാനം വർദ്ധിച്ചുവരുന്നു. കോടിക്കണക്കായ കുടുംബങ്ങൾ, വ്യക്തി ബന്ധങ്ങൾ ശിഥി ലമാകുന്നു. സാധു ജനങ്ങൾക്ക് മദ്യം എന്ന വിഷം കൊടുത്ത് പട്ടിണി പാവങ്ങളാക്കി കോടാനുകോടി ജനങ്ങൾ രോഗത്താൽ നശിക്കുന്നു. ആസന്നമായ ഈ കാലഘട്ടത്തിൽ നമ്മുടെ തലമുറകളെയും, സമൂഹങ്ങളെയും രാജ്യത്തെയും മദ്യത്തിൽ നിന്നും മയക്കു മരുന്നിൽ നിന്നും വിടുവിക്കപ്പെടാൻ

ഒത്തൊരുമയോടെ പോരാടേണ്ടിയിരിക്കുന്നു. ഇവയെ (മദ്യവും, മയക്കുമരുന്നും) പ്രോത്സാഹിപ്പിക്കുന്ന പരസ്യങ്ങളും മറ്റും പൂർണ്ണമായി ഇല്ലായ്മ ചെയ്യപ്പെടേണ്ടതാണ്. ഇവയുടെ ഉപയോഗത്താൽ ഉണ്ടാകുന്ന ഭവിഷ്യത്തുകളെക്കുറിച്ച് എല്ലാ പട്ടണങ്ങളിലും, ഗ്രാമങ്ങളിലും, ഭവനങ്ങളിലും ഉള്ളവരോട് ബോധ വൽക്കരണം തീവ്രമായി നടത്തപ്പെടണം.

എന്നാൽ ഈയിടെ പത്രത്തിൽ പേപ്പൽ ബിയർ എന്ന തലക്കെട്ടോടെ പോപ്പ് ബെനടിക്ട് പതിനാറാമൻ മാർപ്പാപ്പ മദ്യക്കുപ്പിയിൽ പ്രത്യക്ഷപ്പെട്ടത് ലോക ജനതയെ ആശ്ചര്യപ്പെടുത്തുകയും ഞെട്ടിപ്പിക്കുകയും ചെയ്തു. 2008 ആസ്ട്രേലിയായിലുള്ള സിഡ്നിയിൽ നടന്ന യൂത്ത് മീറ്റിംഗിൽ പങ്കെടുത്ത പോപ്പ് ബനടിക്ക് പതിനാറാമൻ മദ്യവും മയക്ക് മരുന്നും എല്ലാ നാടുകളിലും നിർത്തലാക്കപ്പെടണം; അതിന്റെ പിന്നിൽ പ്രവർത്തിക്കുന്ന മാഫിയ കൂട്ടത്തെ നീക്കം ചെയ്യണം എന്ന് പരസ്യമായി പ്രസംഗിച്ചു. എന്നാൽ ആശ്ചര്യം എന്തെന്നാൽ മാർപാപ്പായുടെ പേരിലുള്ളതായ പേപ്പൽ ബിയർ ക്യാരി ബാഗ്, ബിയർ കുപ്പിയിൽ മാർപ്പാപ്പയുടെ പേരും അദ്ദേഹത്തിന്റെ ജന്മ ഗൃഹവും ആലേഖനം ചെയ്യപ്പെട്ടിരിക്കുന്നു. ലോകത്ത് എവിടെ നിന്നും ജർമനിയിൽ എത്തുന്ന സഞ്ചാരികൾക്ക് പേപ്പൽ ബിയർ അമ്പരപ്പും, കൗതുകവും ഉളവാക്കുന്നതുകൊണ്ട് ധാരാളം വിറ്റഴിയുന്നതായി റിപ്പോർട്ടുകൾ പറയുന്നു. ഇന്ത്യക്കാരുടെ കരങ്ങളിലും പേപ്പൽ ബിയർ എത്തി. പ്രതികരണം ചെറിയ ചലനം സൃഷ്ടിച്ചു എങ്കിലും ഇപ്പോൾ മൗനം. ആത്മീയ നേതാവ് എന്നഭിമാനിക്കുന്ന ഇദ്ദേഹത്തിന്റെ നീക്കം ഒരു മനുഷ്യന്റെയും നിത്യതയ്ക്ക് ഉതകാത്തതും നിത്യനാശത്തിനു കാരണവുമാണ്.

മദ്യാപാനത്താൽ എന്റെ നാട്ടിലും പല സ്ഥലങ്ങളിലുമായി (2005)ലെ മരണ നിരക്ക് എന്നെ ഞെട്ടിച്ചു. മരണം നടക്കുമ്പോൾ രണ്ടുമൂന്ന് ദിവസത്തേക്ക് ഷാപ്പുകൾ അടച്ചുപൂട്ടും. പിന്നെയും സ്ഥിതി പഴയ തുപോലെതന്നെ. എന്റെ നാട്ടിലെ ജനത്തിനായി, മദ്യത്തിനെതിരായി വിശുദ്ധ ബൈബബിളിന്റെ അടിസ്ഥാനത്തിൽ ഒരു നോട്ടീസ് പ്രസിദ്ധീകരിച്ചു. ഈ നോട്ടീസ് വായിച്ച ഒരു സഹോദരൻ എന്നെ കണ്ടപ്പോൾ എന്റെ കൈയ്ക്ക് പിടിച്ചുകൊണ്ട് പറഞ്ഞു ഞാൻ നോട്ടീസ് വായിച്ചു. ഞങ്ങൾ കുടിക്കാൻ വാങ്ങി വച്ചിരുന്ന മദ്യം ഞാൻ കുപ്പി യോടെ പൊട്ടിച്ചു കളഞ്ഞു. ഈ സാക്ഷ്യം എന്നെ സന്തോഷപ്പെടു ത്തി. അവന്റെ വീട്ടിൽ ചെന്ന് ദൈവത്തിന് കുടുംബമായി നന്ദി അർപ്പിച്ചു. ഇന്നാളുകളിൽ മദ്യത്തിൽ വിഷം ആൽക്കഹോളിന്റെ അളവ് കൂട്ടി യതിനാൽ ദിനംതോറും മരണനിരക്ക് അധികരിച്ചുവരുന്നത് കാണാൻ സാധിക്കും. ആകയാൽ മനം തിരിയുവിൻ.ഒരുവൻ മാനസാന്തരപ്പെടുമ്പോൾ സ്വർഗ്ഗത്തിൽ വലിയ സന്തോഷം ഉണ്ടാകും എന്ന് തിരുവചനം പറയുന്നു.

25

യുവതലമുറ

ഇന്നത്തെ യുവതലമുറ പൈശാചികതയുടെ കൈകളിൽ അമർന്നി രിക്കുന്നു. കാരണം, മാതാപിതാക്കൾ ആവശ്യത്തിലേറെ പണവും മൊബൈൽ ഫോണും ഇന്റർനെറ്റ് സൗകര്യങ്ങളും ചെയ്തു കൊടുക്കുന്നതു മുഖാന്തിരം, നിത്യജീവന് ആധാരമായിരിക്കുന്ന ദൈവവചനത്തെ ഉപേക്ഷിക്കുകയും ചെയ്യുന്നു. ആയതിനാൽ, ഈ ലോകത്തിന്റെ കെടുതികളിൽ അവർ വീണുപോവുകയും ചെയ്യുന്നു. പാവം മാതാപിതാക്കൾ ഒന്നു മാത്രം അറിയുന്നു. മക്കൾ പല ഭാഗത്തും വലിയ ജോലികളിലും ഉന്നത ഉദ്യോഗങ്ങളിലും ആയിരിക്കുന്നു, അല്ലെങ്കിൽ പഠിക്കുന്നു എന്നുള്ള കാര്യത്തിൽ ആശ്വസിച്ചിരിക്കുന്നു. ഒടുവിൽ ഞെട്ടിക്കുന്ന പല സംഭവങ്ങളും മക്കളിലുണ്ട് എന്ന വാർത്ത കേട്ട് നെടുവീർപ്പിട്ട് കരയുന്ന എത്രയോ മാതാപിതാക്കൾ, മ്ലേച്ഛമായ ഈ പുതുയുഗത്തിൽ പിഞ്ചു കുഞ്ഞുങ്ങൾ ധാരാളം ലൈഗിംക പീഡനത്തിന് ഇരയാകുന്നു. ഒൻപത് വയസുകാരിയും പതിമൂന്നു വയസുകാരിയും കുഞ്ഞുങ്ങൾക്ക് ജന്മം നൽകിയിരിക്കുന്നു. മാത്രമല്ല പന്ത്രണ്ടു വയസ്സുകാരൻ പിതാവുമായിരിക്കുന്നു. സഹോദരൻ സഹോദരിയെയും പിതാവ് മകളെയും പീഢിപ്പിക്കുന്നു. ആണ് പെണ്ണാകുന്നു; പെണ്ണ് ആണാകുന്നു. ആണ് ആണിനെ കല്യാണം കഴിക്കുന്നു പെണ്ണ് പെണ്ണിനെ കല്യാണം കഴിക്കുന്നു. വിവേജന രഹിതമായ മ്ലേച്ഛതകൾ പ്രവർത്തിക്കുന്നതിനാൽ ദൈവത്തിന്റെ ശാപം ഇവർ ഏൽക്കേണ്ടതായി വരും. തിരുവചനം ഇപ്രകാരം പറയുന്നു: “ദൈവത്തെയും ദൈവനിയമത്തെയും ഉപേക്ഷിച്ചു ചെയ്ത എല്ലാ ദുഷ്ട പ്രവർത്തികളും നിമിത്തം, നീ വേഗത്തിൽ മുടിഞ്ഞു പോകും വരെ നിന്റെ കൈ തൊടുന്ന എല്ലാറ്റിലും യഹോവ ശാപവും പരിഭ്രമവും, പ്രാക്കും അയക്കും. യഹോവ നിനക്ക് മഹാമാരി പിടിപ്പിക്കും. ക്ഷയരോഗം, ജ്വരം, പുകച്ചൽ, അത്യുഷ്ണം, വരൾച്ച, വെൺകതിർ, വിഷമഞ്ഞ്, എന്നിവയാൽ യഹോവ നിന്നെ ബാധിക്കും. നീ നശിക്കുന്നതുവരെ അവ നിന്നെ പിന്തുടരും”

(ആവർത്തനം 28:20-23).

“നിന്റെ ശവം ആകാശത്തിലെ സകല പക്ഷികൾക്കും, ഭൂമിയിലെ മൃഗങ്ങൾക്കും ഇരയാകും അവയെ ആട്ടിക്കളയുവാൻ ആരും ഉണ്ടാകയില്ല" (ആവർ 28:26). പ്രിയ യവ്വനക്കാരെ നിങ്ങളുടെ യവ്വനത്തിൽ സൃഷ്ടാവിനെ ഓർത്തു കൊൾവിൻ. നിങ്ങൾ തെരഞ്ഞെടുക്കുന്ന വഴി ചൊവ്വന്ന് തോന്നാം. അതിന്റെ അവസാനമോ മരണമത്രേ എന്ന് തിരുവചനം പറയുന്നു. യവ്വനം ഏറ്റവും വിലപ്പെട്ടതാണ്. ആയതിനാൽ നിങ്ങൾക്കൊരുശുഭ ഭാവി അവിടുന്ന് ഒരുക്കിയിരിക്കുന്നു. അതുകൊണ്ട് ദൈവം വീണ്ടും പറയുന്നു “നിന്റെ യവ്വന ശക്തി അന്യൻമാർക്കും, നിന്റെ ആണ്ടുകൾ ക്രൂരന്മാർക്കും കൊടുക്കരുതു നിന്റെ സമ്പത്ത് കണ്ടവർ തിന്നു കളയരുത് നിന്റെ മാംസവും ദേഹവും ക്ഷയിച്ചിട്ട് നീ ഒടുവിൽ നെടുവീർപ്പിട്ടുകൊണ്ട് അയ്യോ ഞാൻ പ്രബോധനം വെറുക്കു കയും; എന്റെ ഹൃദയം ശാസനയെ നിരസിക്കയും ചെയ്തുവല്ലോ എന്നു പറയുവാൻ ഇടയാകരുത്” (സദൃശ 5 : 9-14). ആകയാൽ നിങ്ങ ളുടെ പാപജീവിതം വിട്ട് തിരിയുക. നിങ്ങളുടെ പാപം എത്ര കടുംചുവപ്പായാലും; ഹിമം പോലെ വെളുപ്പിക്കുവാൻ കർത്താവ് സന്നദ്ധനാണ് (യെശയ 1:18,19). നമ്മുടെ പാപങ്ങളെ ഏറ്റു പറയുന്നു എങ്കിൽ അവിടന്ന് നമ്മുടെ പാപങ്ങളെ ക്ഷമിച്ച് സകല അനീതിയും പോക്കി നമ്മെ ശുദ്ധീകരിക്കാൻ തക്കവണ്ണം വിശ്വസ്തനും, നീതിമാനും ആകുന്നു. (1 യോഹ 1:9). ഈ ഭൂമുഖത്ത് മനുഷ്യകുലത്തിന്റെ പാപം ക്ഷമിക്കാൻ കർത്താവിന് മാത്രമല്ലാതെ മറ്റു യാതൊരു ശക്തിക്കും കഴി യുകയില്ല എന്ന് വിശുദ്ധ വചനം പറയുന്നു (മത്തായി 1:21) വായിക്കുക വരാനിരിക്കുന്ന ഭീകര പ്രതിസന്ധിയിൽ നിന്നും നിങ്ങളെത്തന്നെ സുരക്ഷിതമാക്കാൻ; വേഗം വരുന്ന കർത്താവിൽ ആശ്രയിക്കുക. തന്നിൽ ആശ്രയിക്കുന്നവരെ കർത്താവ് കൈവിടുകയോ ഉപേക്ഷി ക്കുകയോ ഇല്ല.

26

സമുദ്രത്തിൽ വൻ ചേതം, സമുദ്രതീരങ്ങൾക്കും

സുനാമി 40 വർഷങ്ങൾക്കു മുമ്പും 2004 ഡിസംബർ 26-നും വൻ നാശം വിതച്ചപ്പോൾ സമുദ്രത്തിലെ കപ്പലുകൾക്ക് ചേതം സംഭവിച്ചിട്ടില്ല എന്നതായിരുന്നു റിപ്പോർട്ട്. എന്നാൽ വിശുദ്ധ വചനം ഇപ്രകാരം പറയുന്നു. കപ്പലുകൾക്കും സമുദ്രത്തിനും സമുദ്രജീവികൾക്കും വൻചേതം ഉണ്ടാകും. ഇതാ! അതു ഉടൻ സംഭവിക്കും.

രണ്ടാമത്തെ ദൂതൻ ഊതിയപ്പോൾ തീകത്തുന്ന വൻമലപോലെ ഒന്ന് സമുദ്രത്തിലേക്ക് എറിഞ്ഞിട്ടു. കടലിൽ മൂന്നിലൊന്ന് രക്തമായി തീർന്നു. സമുദ്രത്തിൽ പ്രാണനുള്ള സൃഷ്ടികളിൽ മൂന്നിലൊന്ന് ചത്തുപോയി. കപ്പലുകളിലും മൂന്നിലൊന്നിനു ചേതം വന്നു (വെളി 8 : 8,9). ഇതാ അത് ഉടൻ സംഭവിക്കും. ദൈവത്തിന്റെ ദൂതന്മാർ സജ്ജരായി നിൽക്കുന്നു. ഒരു പത്ര

റിപ്പോർട്ട് ഇപ്രകാരം പറയുന്നു . അന്തരീക്ഷത്തിൽ അനേക മൈൽ ചുറ്റളവിലുള്ള പാറ കഷണങ്ങൾ ചുറ്റി തിരിഞ്ഞു കൊണ്ടിരിക്കുന്നു. അതിൽ ഒരെണ്ണം സമുദ്രത്തിൽ പതിച്ചാൽ സമുദ്രത്തിലെ തിര 400 അടി ഉയരും. സമുദ്ര തീര നിവാസികളെ ജാഗ്രത മഞ്ഞുമലകൾ ഉരുകുന്നു. ഹിമാലയ, ആർട്ടിക് തുടങ്ങിയ പ്രദേശങ്ങളിലെ മഞ്ഞുരുകി കടൽ നിരപ്പ് ഓരോ ദിവസവും ഉയർന്നു കൊണ്ടേയിരിക്കുന്നു. അതുമുഖാന്തിരം സമുദ്ര തീരത്തുള്ള പട്ടണങ്ങളും എല്ലാ ദീപുകളും ഏറേ താമസിയാതെ വെള്ളത്തിനടിയിൽ ആയിപ്പോകും. സമുദ്ര തീരങ്ങളിൽ വീടു പണിയുന്നതും ഫ്ളാറ്റുകളും, വലിയ മണിമാളികകളും പണിത് സുരക്ഷിതരാണെന്നു കരുതി കൊടിയ ഭീകരതയിൽ ആകാതിരിക്കാൻ സുക്ഷിക്കുക. കാരണം ഇനി സമുദ്രതീരങ്ങളെ സമുദ്രം തന്നെ വിഴുങ്ങാൻ സമയമായി. കാലാന്ത്യത്തിന്റെ മുൻ അറിയിപ്പുകളെയെല്ലാം നിസ്സാരമായി തള്ളി കളയരുത്. നോഹയുടെ കാലത്ത് ഉണ്ടായതുപോലെ പെട്ടെന്നുള്ള നാശം സംഭവിക്കുമെന്ന് നാം ഓർത്തു കൊൾക. നോഹയുടെ കാലത്തുണ്ടായിരുന്ന ജനത്തെപ്പോലെ തന്നെ ഈ അന്ത്യകാലത്ത ജനവും ജീവിക്കുന്നു. കർത്താവ് വീണ്ടും വരുവാൻ പോകുന്നു എന്നുള്ളതും ഈ ലോകവും, ലോകത്തിൽ കാണുന്ന സമസ്തവും നശിക്കാൻ പോകുന്നു എന്നുള്ളതും എല്ലാം മറന്നുകൊണ്ട് ജനം സുഖിച്ച് പുളച്ച് കപടഭക്തിയിലും, ദൈവത്തോട് മത്സരികളായും ദൈവത്തിന്റെ സ്വർഗ്ഗീയ നിയമമായ പത്തു കല്പനകളെയും അവിടത്തെ മാറ്റമില്ലാത്ത വചനങ്ങളെയും അത് മാനുഷിക നിയമമെന്ന പോലെ തള്ളികളയുകയും അനേക ജനതകളും കർത്താവേ, കർത്താവേ എന്നു വിളിക്കുകയും കർത്താവിനെ അനുസരിക്കാതെ ജീവിക്കുകയും ചെയ്യുന്നു. വ്യാജ പ്രവാചകന്മാരിലൂടെ അത്ഭുതങ്ങളും അടയാളങ്ങളും എവിടെയും വ്യാപിപ്പിക്കുകയും, ദൈവവ ചനത്തെക്കാൾ ജനം കള്ള പ്രവാചകന്മാരുടെ വാക്കുകളെ വിശ്വസിക്കുകയും ചെയ്യുന്നു. അപ്രകാരം ജനം വലിയ വഞ്ചനയിൽ കുടുങ്ങി പോകുകയും ചെയ്യുന്നു. അന്ത്യകാലത്ത് ആകാശത്തു നിന്ന് തീയിറങ്ങുമാറ് വലിയ അടയാളങ്ങൾ, പ്രവർത്തിക്കുകയും മൃഗത്തിന്റെ മുമ്പിൽ തനിക്കു ബലം കിട്ടിയ അടയാളങ്ങളെ കൊണ്ട് ഭൂവാസികളെ തെറ്റിക്കുകയും ചെയ്യും (വെളി 13:13,14). ഇവിടെ ജ്ഞാനം കൊണ്ട് ആവശ്യം. ബുദ്ധിയുള്ളവൻ മൃഗത്തിന്റെ സംഖ്യ ഗണിക്കട്ടെ. അത് ഒരു മനുഷ്യന്റെ സംഖ്യയത്രേ അതിന്റെ സംഖ്യ 666 (വെളി 13:18). നാം വഞ്ചിക്കപ്പെടരുത്. മൃഗം ഒരു കമ്പ്യൂട്ടറില്ല, ഒരു ഐഡന്റിറ്റി കർഡുമല്ല, ഒരു ചിപ്പുമല്ല, എന്നാൽ മൃഗം ഒരു രാജ്യമോ, മനുഷ്യനോ എന്നാണ് തിരുവചനം പറയുന്നത്. മൃഗത്തിന്റെ പേരോ പേരിന്റെ സംഖ്യയോ ആയ മുദ്രയുള്ളവനല്ലാതെ വാങ്ങുകയോ വിൽക്കുകയോ ചെയ്യാൻ വഹിയാതെയും

ആക്കുന്നു (വെളി 13:17) മൃഗത്തിന് അധികാരം കൊടുത്തുകൊണ്ട് അവർ മഹാ സർപ്പത്തെ നമസ്ക്കരിച്ചു (വെളി 13:4) ലോകസ്ഥാപനം മുതൽ അറുക്കപ്പെട്ട കുഞ്ഞാടിന്റെ ജീവപുസ്തകത്തിൽ പേർ എഴുതീട്ടില്ലാത്ത ഭൂവാസികൾ ഒക്കെയും അതിനെ നമസ്ക്കരിക്കും. ഇത് സംബന്ധിച്ച് കൂടുതൽ അറിയുവാൻ ദേശീയ ഞായറാഴ്ചാ നിയമം എന്ന പുസ്തകം വായിക്കുക. അന്ധവിശ്വാസങ്ങൾക്കും അനാചാരങ്ങൾക്കും പാരമ്പര്യത്തിനും വേണ്ടി ജനം പോരാടുന്നു. അതുനിമിത്തം മാറ്റമില്ലാത്ത ദൈവ വചനം ദുഷിക്കപ്പെടും (റോമ 2:24) എന്നു എഴുതപ്പെട്ടിരിക്കുന്നു.

ഭൂമിയിലെ സകല ജനതകളും സകല വിധമായ മേച്ഛരതകളിലും മുഴുകി ഈ ലോകത്തിന്റെ ജ്ഞാനത്തിൽ അധഃപതിച്ചു സമ്പത്തു വർദ്ധിപ്പിക്കുകയും, വീടോട് വീട്, വാഹനങ്ങളോട് വാഹനങ്ങൾ വള്ളങ്ങളോട് വള്ളങ്ങൾ, കപ്പലുകളോടു കപ്പലുകൾ, വിമാനത്തോട് വിമാനം, ബോട്ടുകളോട് ബോട്ട്, കൂട്ടിച്ചേർത്തുകൊണ്ട്, എത്ര സമ്പാദിച്ചിട്ടും എത്ര പലിശ വാങ്ങിയിട്ടും തൃപ്തിപ്പെടാതെ ധനികരാകാൻ ആഗ്രഹിക്കുന്നവരേ, നിങ്ങൾക്ക് അയ്യോ കഷ്ടം! കാരണം തിരുവചനം ഇപ്രകാരം പറയുന്നു ; ഇഹലോകത്തിലേയ്ക്ക് നാം ഒന്നും കൊണ്ടു വന്നിട്ടില്ല. ഇവിടെ നിന്നും യാതൊന്നും കൊണ്ടുപോകാൻ കഴിയുന്നതുമില്ല. ഉണ്മാനും, ഉടുക്കാനും ഉണ്ടെങ്കിൽ മതി എന്നു നാം വിചാരിക്ക. ധനികന്മാരാകുവാൻ ആഗ്രഹിക്കുന്നവർ പരീക്ഷയിലും കെണിയിലും കുടുങ്ങുകയും മനുഷ്യർ സംഹാര നാശങ്ങളിൽ മുങ്ങി പോകുവാൻ ഇടവരുന്ന മൗഢ്യവും ദോഷകരവുമായ പല മോഹങ്ങൾക്കും ഇരയായിത്തീരുകയും ചെയ്യുന്നു. ദ്രവ്യാഗ്രഹം; സകല വിധ ദോഷത്തിനും കാരണമാകുന്നു. ഇതു ചിലർ കാംഷിച്ചിട്ട് വിശ്വാസം വിട്ടുഴന്നു, ബഹു ദുഃഖങ്ങൾക്ക് അധീനരായ്ത്തീർന്നിരിക്കുന്നു (1 തിമോ 6:7-10). അനാഥരെയും, വിധവകളെയും ദരിദരെയും ഞെക്കി പിഴിയുകയും, വേലക്കാരുടെ കൂലി പിടിച്ചു വയ്ക്കുകയും ചെയ്യുന്നവർക്ക് അയ്യോ കഷ്ടം! എവിടെയും എല്ലാത്തിനും കൈകൂലിയും പിടിച്ചു പറിയും. അപ്രകാരം ദരിദ്രരെ കൊള്ളയടിച്ചു പണിയപ്പെട്ട വലിയ ഭവനങ്ങളിൽ പലതും ആൾപാർപ്പില്ലാതെ ശൂന്യമായികിടക്കും. അവരുടെ പ്രയത്നഫലം മുഴുവനും അവരും നശിക്കാൻ പോകുന്നു എന്നുള്ള സത്യം മറന്ന്, ഈ ലോക മോഹങ്ങളാൽ അവർ ഭാരപ്പെട്ടിരിക്കും.

27

അവർ ഭാരപ്പെട്ടും, എന്തിനുവേണ്ടി

കർത്താവ് ഇപ്രകാരം പറയുന്നു അന്ത്യകാലത്ത് ജനം മദ്യപാനത്തിലും ഉപജീവന ചിന്തകളാലും ഭാരപ്പെട്ടിരിക്കും; ആ ദിവസം ഒരു കെണി പോലെ പെട്ടെന്ന് വന്നു ചേരും. നോഹ പെട്ടകത്തിൽ കടന്ന നാൾ വരെ അവർ തിന്നും കുടിച്ചും വിവാഹം കഴിച്ചും വിവാഹത്തിനു കൊടുത്തും പോന്നു. ജലപ്രളയം വന്നു അവരെല്ലാവരേയും മുടിച്ചുകളഞ്ഞു. ലോത്തിന്റെ കാലത്ത് സംഭവിച്ചത് പോലെതന്നെ അവർ തിന്നും കുടിച്ചും കൊണ്ട് വിറ്റും നട്ടും പണിതും പോന്നു. എന്നാൽ ലോത്ത് സൊദോം വിട്ടനാളിൽ ആകാശത്തു നിന്ന് തീയും ഗന്ധകവും പെയ്ത് എല്ലാവരെയും മുടിച്ചുകളഞ്ഞു. മനുഷ്യപുത്രൻ വെളിപ്പെടുന്ന നാളിലും അവ്വണ്ണം തന്നെ ആകും (ലൂക്കൊ 17:27-31). ആകയാൽ നീയോ ദൈവത്തിന്റെ മനുഷ്യനായുള്ളവേ അതു വിട്ടോടി, നീതി, ഭക്തി, വിശ്വാസം, സ്നേഹം, ക്ഷമ, സൗമ്യത എന്നി വയെ പിൻതുടരുക. വിശ്വാസത്തിന്റെ നല്ലപോർ പൊരുതുക, നിത്യ ജീവനെ മുറുകെ പിടിച്ചുകൊള്ളുക.(1 തിമൊ 6:12). വിശുദ്ധ പൗലൊസ് ഇപ്രകാരം പറയുന്നു സഹോദരന്മാരെ, കാലങ്ങളെയും സമയങ്ങളെയും കുറിച്ചു നിങ്ങളെ എഴുതി അറിയിക്കുവാൻ ആവശ്യമില്ല. കള്ളൻ രാത്രിയിൽ വരും പോലെ കർത്താവിന്റെ നാൾവ രുന്നു എന്നു നിങ്ങൾ നന്നായി അറിയുന്നുവല്ലോ (1 തെസ്സ 5:1,2). എന്നാൽ ലോകം ഇപ്രകാരം പറയുന്നു: ഇല്ല, ഒന്നും സംഭവിക്കുകയില്ല; നിങ്ങൾക്ക് സമാധാനമെന്നും, നിർഭയമെന്നും പറയു മ്പോൾ; ഗർഭിണിക്ക് പ്രസവവേദന വരുംപോലെ അവർക്ക് പെട്ടെന്നുള്ള നാശം വന്നു ഭവിക്കും. അവർക്ക് തെറ്റി ഒഴിയാവതല്ല (1 തെസ്സ 5:3). തിരുവചനം ഇപ്രകാരം പറയുന്നു. ചിലർ താമസം എന്നു വിചാരിക്കുന്നതുപോലെ കർത്താവ് തന്റെ വാഗ്ദത്തം നിവർത്തിക്കാൻ താമസിക്കുന്നില്ല.

ആരും നശിച്ചു പോകാതെ എല്ലാവരും മാനസാ ന്തരപ്പെടുവാൻ അവിടന്ന് ഇച്ഛിച്ച് നിങ്ങളോട് ദീർഘക്ഷമ കാണിക്കുന്നതേയുള്ളൂ. കർത്താവിന്റെ ദിവസമോ കള്ളനെ പോലെ വരും. അന്ന് ആകാശം കൊടും മുഴക്കത്തോടെ ഒഴിഞ്ഞുപോകും. മൂല പദാർത്ഥങ്ങൾ കത്തിയഴികയും ഭൂമിയും അതിലുള്ള പണികളും വെന്തുപോകുകയും ചെയ്യും (2 പത്രൊ 3:9,10).

28

ഭീകരമായ നഷ്ടം

കർത്താവിന്റെ വിധിയുടെ നാളിൽ അവരുടെ പ്രയത്നഫലങ്ങളിൽ ഏതൊന്നും കൊണ്ടും അവരുടെ പ്രാണനെ രക്ഷിക്കാൻ കഴിയുന്നതല്ല. അന്നാളിൽ അവർ പ്രയത്നിച്ചു. ഉണ്ടാക്കിയതെല്ലാം വലിച്ച് വീഥികളിൽ എറിയും. "അവർ തങ്ങളുടെ വെള്ളി വീഥികളിൽ എറിഞ്ഞുകളയും, സ്വർണ്ണം അവർക്ക് അന്ന് മലമായി തോന്നും. അവരുടെ വെള്ളിക്കും പൊന്നിനും യഹോവയുടെ കോപദിവസത്തിൽ അവരെ വിടുവിക്കാൻ കഴിയുകയില്ല; അവരുടെ വയറു നിറയുകയുമില്ല, അത് അവർക്ക് അകൃത്യഹേതുവായിരുന്നുവല്ലോ". "ഞാൻ അത് അന്യന്മാരുടെ കയ്യിൽ കവർച്ചയായും ഭൂമിയിലെ ദുഷ്ടന്മാർക്ക് കൊള്ളയായും കൊടുക്കും; അവർ അത് അശുദ്ധമാക്കും. (യെഹസ്കേൽ 7:19,21).

മാത്രമല്ല തങ്ങൾ നമസ്ക്കരിക്കാൻ വെള്ളികൊണ്ടും പൊന്നു കൊണ്ടും, കളിമണ്ണു കൊണ്ടും ഉണ്ടാക്കിയ വിഗ്രഹങ്ങളെ മനുഷ്യർ അന്നാളിൽ തുരപ്പനെലിക്കും, നരിചീറിനും എറിഞ്ഞു കളയും (യെശ 2:21 ; 30:32). ഇന്ന് ആൾ ദൈവങ്ങളും ആത്മീക നേതാക്കൾ എന്ന് അഭിമാനിക്കുന്ന അനേകരും ആത്മീയതയുടെ മറവിൽ അണിഞ്ഞു കൊണ്ടിരിക്കുന്ന പൊയ്മുഖമൂടികളെല്ലാം പൂർണ്ണമായി ദൈവത്തിന്റെ ആസന്നമായ ഈ വിധി ദിനത്തിൽ പറിച്ചുകീറപ്പെടുമ്പോൾ ലോകം കണ്ടു വിസ്മയിക്കും.

29

സൗഖ്യമാകാത്ത രോഗങ്ങൾ പടരും

യഹോവ നിന്നെ മിസ്രയീമിലെ പരുക്കൾ, മൂലവ്യാധി, ചൊറി, ചിരങ്ങ് എന്നിവയാൽ ബാധിക്കും. അവ സൗഖ്യം ആവുകയില്ല. ഭ്രാന്തും, അന്ധതയും ചിത്തഭ്രമവും കൊണ്ട് യഹോവ നിന്നെ ബാധിക്കും. കുരുടൻ അന്ധതമസ്സിൽ തപ്പിനടക്കുന്നതുപോലെ നീ ഉച്ച സമയത്ത് തപ്പി നടക്കും. നിന്റെ കണ്ണാലെ കാണുന്ന കാഴ്ചയാൽ നിനക്ക് ഭ്രാന്തു പിടിക്കും, സൗഖ്യമാവുകയില്ല. പരുക്കളാൽ യഹോവ നിന്നെ ഉള്ളം കാൽമുതൽ നെറ്റിവരെ ബാധിക്കും (ആവ 28:27,29,34,35).

ആ കാലത്ത് മനുഷ്യർ മരണം അന്വേഷിക്കും കാണുകയില്ല താനും. മരിക്കാൻ കൊതിക്കും മരണം അവരെ വിട്ട് ഓടിപ്പോകും (വെളി 9:6). എന്നാണു തിരുവചനം പറയുന്നത്. ഇതൊക്കെയും സംഭവിച്ചു കാണുമ്പോൾ ലോകജനതകൾ ദൈവവചനം മാത്രമാണു നമ്മുടെ സങ്കേതം ആയതിനാൽ ദൈവവചനത്തിനായി അവർ കരയും കടലും താണ്ടി അലഞ്ഞു നടക്കും; കണ്ടുകിട്ടുകയില്ല. സൗന്ദര്യത്തിന്റെ പുളപ്പിൽ മതിമറന്നു ജീവിച്ച യുവതലമുറകൾ വചനത്തിനായി നെട്ടോട്ടം ഓടും. വചനം കിട്ടാത്ത ദാഹത്താൽ അന്നാളിൽ അവർ ബോധം കെട്ട് വീഴും (ആമോ 8:12-13).

ദൈവവചനം അവർക്ക്, മുമ്പ് അറപ്പും വിശ്വസിക്കാൻ പ്രയാസവുമായിരുന്നു. എന്നാൽ ഇപ്പോൾ ദൈവവചനം മാത്രമാണ് സത്യമെന്നും അതു തങ്ങൾക്ക് തരണമെന്ന് അവർ വിലപിച്ചുകൊണ്ടെയിരിക്കും. തിരുവചനത്തിനുവേണ്ടിയുള്ള വിലാപം എവിടെയും ഉയരും. ദൈവവചനം പലരും തങ്ങളോട് മുമ്പ് പറഞ്ഞതോർത്ത് അവർ വിലപിക്കും. ദൈവവചനം തങ്ങളോട് പറഞ്ഞവരെ ഓർത്ത് അവർ ദുഃഖിക്കും. സത്യസുവിശേഷകരെ കൊന്നൊടുക്കിയവരെല്ലാം സത്യത്തിനായി

പരക്കം പായും. സുവിശേഷകരെ അവർ അന്വേഷിക്കും. പക്ഷേ ഒരു വീഥികളിലും ഇനി സുവിശേഷം പറയാൻ ആരും ഉണ്ടാവുകയില്ല. ദൈവവചനത്തിന്റെ കൃപയുടെ വാതിൽ തുറന്നു കിടന്നപ്പോൾ അത് അറിയിച്ച് സത്യ സുവിശേഷകരെ അവർ പീഡിപ്പിച്ചു. ഇതു നിമിത്തം അവർ നിങ്ങളെ രാജാക്കന്മാരുടെയും നാടു വാഴികളുടെയും മുമ്പിൽ കൊണ്ടു പോയി ഉപദ്രവിക്കുകയും, പള്ളി കളിലും, തടവുകളിലും ഏല്പിക്കയും ചെയ്യും എന്നുള്ള യേശുവിന്റെ തിരുവചനം ഇതിലൂടെ നിറവേറ്റപ്പെട്ടു (ലൂക്കൊ 21:12-19) വായിക്കുക.

30

അനുസരണം ഏതു യാഗത്തെക്കാളും ഉത്തമം

ദൈവത്തെ അനുസരിക്കാതെ ഞങ്ങൾ ദൈവത്തിൽ ആശ്രയിക്കുന്നു എന്നു പറയുന്നവർക്ക് അയ്യോ കഷ്ടം!

ദൈവത്തെ അനുസരിക്കുന്നത് ഏത് യാഗത്തെക്കാളും ദൈവ ത്തിന് പ്രസാദം എന്ന് ദൈവം പറയുമ്പോൾ, ദൈവത്തെയും ദൈവ നിയമങ്ങളും അനുസരിക്കാതെ ഭക്തികെട്ട മോഹങ്ങളും കൊണ്ട്, ഭക്തിയുടെ വേഷം ധരിച്ച് കർത്താവിന്റെ വീണ്ടും വരവിനായ് കാത്തിരിക്കുന്നു എന്നു പറയുന്നവരെ ഇതു ഓർത്തുകൊൾവിൻ കർത്താവിന്റെ ദിവസത്തിനായി കാത്തിരിക്കുന്നവരെ ആ ദിവസം നിങ്ങൾക്ക് ദുരിതം. ആ ദിവസം അയ്യോ കഷ്ടം. യഹോവയുടെ ദിവസം അടുത്തിരിക്കുന്നു. അത് സർവ്വശക്തന്റെ പക്കൽ നിന്ന് സംഹാരം പോലെ വരുന്നു (യോവേൽ 1:15).

യഹോവയുടെ ദിവസത്തിനായി വാഞ്ഛിക്കുന്ന നിങ്ങൾക്ക് അയ്യോ കഷ്ടം യഹോവയുടെ ദിവസം കൊണ്ട് നിങ്ങൾക്ക് എന്ത് ഗുണം? അത് വെളിച്ചമല്ല ഇരുട്ടത്രേ. അത് ഒരുത്തൻ സിംഹത്തിന്റെ മുമ്പിൽ നിന്ന് ഓടിപ്പോയിട്ട് കരടി അവനെ എതിർപ്പെടുകയോ വീട്ടിൽ ചെന്ന് കൈവച്ച് ചുമരോട് ചാരിയിട്ട് സർപ്പം അവനെ കടിക്കുകയോ ചെയ്തതുപോലെ ആകുന്നു. യഹോവയുടെ ദിവസം വെളിച്ചമല്ല ഇരുൾ തന്നെയല്ലോ; ഒട്ടും പ്രകാശമില്ലാതെ അന്ധതമസ്സ് തന്നെ (ആമോസ് 5:18-20).

31

ദുഷ്ടന്മാർക്ക് ആ ദിവസം ഭയാനകം തന്നെ

<u>*യോവേൽ പ്രവാചകൻ ഇപ്രകാരം പറയുന്നു.*</u>

യഹോവയുടെ ദിവസം വരുന്നതുകൊണ്ടും അത് അടുത്തിരിക്കുന്നതുകൊണ്ടും ദേശത്തിലെ സകല നിവാസികളും നടുങ്ങിപ്പോകട്ടെ. ഇരുട്ടും അന്ധകാരവുമുള്ളൊരു ദിവസം! മേഘവും കുരിരുട്ടുമുള്ളൊരു ദിവസം തന്നെ! (യോവേൽ 2:1,2). ലോകശക്തികൾ ഒന്നു ചേർന്ന് ദൈവത്തെക്കൂടാതെ ഒരു പുതുലോകം കെട്ടിപ്പടു കൊണ്ടിരിക്കുന്നു. ശക്തമായ ഒരു ഭാഷയും അവർക്ക് ഒരു പേരും ഉണ്ടാക്കാൻ തുടങ്ങിയിരിക്കുന്നു. ഇത് ഒരിക്കലും പൂർത്തീ കരിക്കപ്പെടുകയില്ല. ബാബേലിന്റെ അവസ്ഥ ഇതിനും വന്നു ചേരും (ഉല്പ 11:6-9).

ക്രിസ്തുവിനെ സേവിക്കാത്ത ജാതിയും രാജ്യവും നശിച്ചു പോകും. (യെശ 60:12). അല്ഫയും, ഓമേഗയും, ഒന്നാമത്തവനും, ഒടുക്കത്തവനും, ആദിയും, അന്തവുമായ കർത്താവ് ഇതാ ലോകത്തെ ന്യായം വിധിക്കാൻ വരുന്നു. നിത്യപിതാവായ ക്രിസ്തുവരുന്നു. സമാധാനത്തിന്റെ പ്രഭുവായ ക്രിസ്തു വരുന്നു. സ്വർഗ്ഗത്തിന്റെയും ഭൂമിയുടെയും സകല അധികാരവും ഉള്ള മഹാദൈവമായ ക്രിസ്തുവരുന്നു. സകല മുഴങ്കാലും അവിടത്തെ മുമ്പിൽ മടങ്ങും. ഇനിയും മാനസ്സാന്തരമില്ലാത്ത സകല ജാതി മതസ്ഥരുടെമേലും കർത്താവിന്റെ വിധിയുടെ ദിവസം വരുന്നു. കർത്താവിനെ മാനിക്കാതെ ഉയർന്നിരിക്കുന്ന സകല ഉയർച്ചമേലും ആ വിധിവരും. അന്നാളിൽ യഹോവയായ ക്രിസ്തുമാത്രം ഉയർന്നിരിക്കും എന്നു വിശുദ്ധ വചനം സകല ജാതികളോടും പ്രസ്താവിക്കുന്നു.

32

കർത്താവിൻ്റെ വീണ്ടും വരവിന്റെ മഹത്വം

"മിന്നൽ കിഴക്കു നിന്നു പുറപ്പെട്ട് പടിഞ്ഞാറോളം വിളങ്ങും പോലെ മനുഷ്യപുത്രന്റെ വരവ് ആകും" (മത്ത 24:27). യഹോവയുടെ ഭയങ്കരത്വം നിമിത്തവും അവിടത്തെ മഹിമയുടെ പ്രഭനിമിവും നീ പാറയിൽ കടന്ന് മണ്ണിൽ ഒളിച്ചുകൊൾക. മനുഷ്യരുടെ നിഗളിച്ചകണ്ണ് താഴും; മനുഷ്യരുടെ ഉന്നതഭാവം കുനിയും യഹോവ മാത്രം അന്നാളിൽ ഉയർന്നിരിക്കും. സൈന്യങ്ങളുടെ യഹോവയുടെ നാൾ ഗർവ്വവും ഉന്നതഭാവവുമുള്ള എല്ലാറ്റിന്റെ മേലും നിഗ ളമുള്ള എല്ലാറ്റിന്റെ മേലും വരും. അവർ താണുപോകും. ലെബാനോനിലെ പൊക്കവും ഉയരവുമുള്ള സകല ദേവദാരുക്കളിന്മേലും, ബാശാനിലെ എല്ലാ കരുവേലകങ്ങളിന്മേലും, ഉയർന്നിരിക്കുന്ന സർവ്വപർവ്വതങ്ങളിന്മേലും,

ഉയരമുള്ള എല്ലാ കുന്നുകളിന്മേലും ഉന്നതമായ സകല ഗോപുരങ്ങളിന്മേലും, ഉറപ്പുള്ള എല്ലാ മതിലിന്മേലും എല്ലാ തർശ്ശീശ് കപ്പലുകളിന്മേലും മനോഹരമായ സകല ശൃംഗാര ഗോപുരത്തിന്മേലും വരും. അപ്പോൾ മനുഷ്യന്റെ ഗർവ്വം കുനിയും, പുരുഷന്മാരുടെ ഉന്നതഭാവം താഴും. യഹോവ മാത്രം അന്നാ ളിൽ ഉയർന്നിരിക്കും (യെശ 2 : 10-17).

ലോകം കാത്തിരിക്കുന്ന കർത്താവിന്റെ 2-ാംവരവിനെക്കുറിച്ചുള്ള പിതാവായ ദൈവത്തിന്റെ സാക്ഷ്യം ശ്രദ്ധിക്കുക; ഇതാ അവൻ വരുന്നു എന്നു സൈന്യങ്ങളുടെ യഹോവ അരുളിച്ചെയ്യുന്നു. അവൻ വരുന്ന ദിവസത്തെ ആർക്കു സഹിക്കാം? അവൻ പ്രത്യക്ഷനാകു മ്പോൾ ആർ നിലനിൽക്കും? (വെളി 6:16,17).

വിശുദ്ധ ഹാനോക്ക് പ്രവചിച്ചത് എന്തെന്നാൽ ആദാം മുതൽ ഹാനോക്കും ഇവരെക്കുറിച്ച് (യൂദാ 1:14,15) “ഇതാ കർത്താവ് എല്ലാവരേയും വിധിക്കാനും അവർ അഭക്തിയോടെ ചെയ്ത ഭക്തിവിരുദ്ധമായ സകല പ്രവൃത്തികളും നിമിത്തം ഭക്തികെട്ട പാപികൾ തന്റെ നേരെ പറഞ്ഞ സകല നിഷ്ഠൂരങ്ങളും നിമിത്തവും ഭക്തികെട്ടവരെയൊക്കെയും ബോധം വരുത്തുവാനും ആയിരമായിരം വിശുദ്ധന്മാരോടുകൂടെ വന്നിരിക്കുന്നു. എന്നു പ്രവചിച്ചു.

33

ന്യായപ്രമാണം സംബന്ധിച്ച് ഒരു ലഘു പഠനം

വിശുദ്ധ ബൈബിളിൽ ന്യായപ്രമാണം എന്നതുകൊണ്ട് പൊതുവായി വിശ്വസിക്കുന്നത് ദൈവം സ്വന്തം വിരലുകളാൽ എഴുതി തന്നെ പത്തു കല്പനകൾ മാത്രമല്ല ന്യായപ്രമാണം. ദൈവം പിന്നെയും തന്നിട്ടുള്ള പല ചട്ടങ്ങൾ വിവിധ വിധി മുറകൽ കർമ്മാചാരമായ ന്യായപ്രമാണങ്ങൾ, പാപസംബന്ധമായ നിയമങ്ങൾ, ശുദ്ധീകരണനിയമങ്ങൾ യാഗവ്യവസ്ഥകൾ, ആരോഗ്യപരമായ നിയമങ്ങൾ, കുഷ്ഠരോഗ നിവാരണ നിയമങ്ങൾ, വാഗ്ദത്ത നിയമങ്ങൾ, ലംഘനം നിമിത്തം കൂട്ടിച്ചേർത്ത നിയമങ്ങൾ, വാഗ്ദത്ത സന്തതിയായ ക്രിസ്തുവരുവോളം ക്രൂശിനു നിഴലായിട്ടുള്ള നിയമങ്ങൾ.

ഇങ്ങനെ വിവിധ നിയമങ്ങൾ അടങ്ങിയ ഒരു പുസ്തക ശാലയാണ് വിശുദ്ധ ബൈബിൾ. ദൈവത്തിന്റെ പരിശുദ്ധാത്മ നിയോഗത്താൽ എഴുതപ്പെട്ട വചനങ്ങളെയും സങ്കീർത്തന ഭാഗങ്ങളെയും, ന്യായപ്രാണം എന്നു പറയുന്നുണ്ട്. എല്ലാ ന്യായപ്രമാണങ്ങളും ഒരു കാലഘട്ടത്തേയ്ക്ക് ഉള്ള തല്ല. ചിലത് താല്ക്കാലികം, ചിലത് വാഗ്ദത്തം നിറവേറുന്നത് വരെയുള്ളത്. ചിലത് നിത്യമായിട്ടുള്ളത്. എല്ലാ ന്യായപ്രമാണങ്ങൾക്കും അതിന്റേതായ വകഭേദങ്ങളും ഉണ്ട്. ആ വകഭേദങ്ങൾ നിർജ്ജീവ വസ്തുക്കളിൽ പോലും കാണുന്നുണ്ട് എന്ന് തിരുവചനം വ്യക്തമായി പഠിപ്പിക്കു ന്നുണ്ട്. ഉദാഹരണമായി (1 കൊരിന്ത്യർ 14 : 7,8,9) വാക്യങ്ങളിൽ കുഴൽ വീണ എന്നിങ്ങനെ നാദം കൊടുക്കുന്ന നിർജീവ സാധനങ്ങൾ തന്നെയും നാദ ഭേദം കാണിക്കാഞ്ഞാൽ, ഊതിയതോ, മീട്ടിയതോ, എന്തെന്ന് എങ്ങനെ അറിയും? കാഹളം തെളിവില്ലാതെ നാദം കൊടുത്താൽ പടയ്ക്ക് ആർ ഒരുങ്ങും. അത് പോലെ നിങ്ങളും തെളിവായ വാക്ക് ഉച്ചരിക്കാഞ്ഞാൽ സംസാരിക്കുന്നത് എന്തെന്ന് എങ്ങനെ അറിയും. നിങ്ങൾ കാറ്റിനോട് സംസാരിക്കുന്നവർ

ആകുമല്ലോ. ഇതു പോലയാണ് ഭൂരിഭാഗം പേരും ന്യായപ്രാണമെന്നതിനെ വകഭേദം ഇല്ലാതെ കൈകാര്യം ചെയ്യുന്നതു കൊണ്ടാണ് പലരിലും പലപ്പോഴും തീരാ സംശയങ്ങൾക്കും വെറുപ്പിനും ദൈവത്തിന്റെ ന്യായപ്രമാണം കാരണമാകുന്നത്.

വിശുദ്ധ ബൈബിളിൽ പഴയനിയമത്തിലും പുതിയനിയമ പുസ്തകങ്ങളിലും ന്യായപ്രമാണം സംബന്ധിച്ച് എഴുതിയിരിക്കുന്നതൊക്കെയും ശരി തന്നെയാണ്. അതിലെ പരാമർശങ്ങൾ ഒക്കെയുംഒരു സത്യാന്വേഷകന്റെ കണ്ണു തുറപ്പിക്കുന്നു എന്നതാണ് സത്യം. ക്രിസ്തു ഇപ്രകാരം പറഞ്ഞു. സത്യം അറിയുകയും, സത്യം നിങ്ങളെ സ്വതന്ത്ര രാക്കുകയും ചെയ്യും. സത്യത്താൽ അവരെ വിശുദ്ധീകരിക്കണമെ. അങ്ങയുടെ വചനം സത്യമാകുന്നു. സത്യത്തിന് സാക്ഷ്യം വഹിക്കാൻ ഞാൻ ഈ ഭൂമിയിൽ വന്നിരിക്കുന്നു എന്ന് ക്രിസ്തു വ്യക്തമാക്കി. വഴിയും സത്യവും ജീവനുമായ ക്രിസ്തു സത്യത്തിനൊരു മാതൃകയായി ജീവിച്ചു കാണിച്ചു തന്നു. തന്റെ പ്രാർത്ഥനയിൽ ഇപ്രകാരം ഉരുവിട്ടു. യോഹ 17:3 നീ എനിക്കു തന്ന വചനം ഞാൻ അവർക്കു കൊടുത്തു; അവർ അതു കൈക്കൊണ്ടു ഞാൻ നിന്റെ അടുക്കൽ നിന്നു വന്നിരിക്കുന്നു എന്ന് സത്യമായിട്ടു അറിഞ്ഞും നീ എന്നെ അയച്ചു എന്നു വിശ്വസിച്ചു മിരിക്കുന്നു.

ആകയാൽ ഒരു മുൻവിധി കൂടാതെ ഹൃദയ താഴ്മയോടെ ന്യായ പ്രമാണം സംബന്ധിച്ച് ഈ വിഷയം പഠിക്കാം. ദൈവത്തിന്റെ പരിശു ദ്ധാത്മാവ് നമ്മെ സഹായിക്കും.

ന്യായപ്രമാണത്തിലെ വകഭേദങ്ങൾ രണ്ട്

ദൈവത്തിന്റെ പത്തു കല്പനയാകുന്ന ന്യായപ്രമാണം ദൈവം സ്വന്തം വിരലുകളാൽ എഴുതി മോശയെ ഏല്പിച്ചു. മോശ നിയമവുമായി പർവ്വതത്തിൽ നിന്ന് ഇറങ്ങുമ്പോൾ, പത്തു കല്പനയിലെ രണ്ടാം കല്പന ജനം ലംഘിച്ച് കാളകുട്ടിയെ ഉണ്ടാക്കി ആരാധിക്കുന്നത് കണ്ട മോശെയ്ക്ക് തന്റെ കോപം അടക്കാനാവാതെ കയ്യിലുണ്ടായിരുന്ന നിയമത്തിന്റെ പലകകൾ എറിഞ്ഞുടയ്ക്കാൻ കാരണമായി. സ്നേഹവാനും ദയാലുവുമായ ദൈവം ആ ജനത്തെ നശിപ്പിച്ചിട്ട് മോശെയെ ഒരു വലിയ ജാതിയാക്കാം എന്ന് പറഞ്ഞപ്പോൾ, മോശെ ദൈവത്തോട് അങ്ങനെയരുതേ എന്ന് അപേക്ഷിച്ചുകൊണ്ട് അങ്ങ് ഈ ജനത്തെ നശിപ്പിക്കുന്നുവെങ്കിൽ എന്റെ പേര് ജീവപുസ്തകത്തിൽ നിന്ന് മായിച്ചുകളയണമെ എന്ന് താണപേക്ഷിച്ച പ്രകാരം ദൈവം ആ ജനത്തെ നശിപ്പിച്ചില്ല. ദൈവം മോശയോട് നീ

മുൻപിലത്തെപ്പോലെ രണ്ട് കല്പലക ചെത്തിയെടുത്ത് കൊണ്ടുവരിക ഞാൻ മുൻപ് എഴുതി തന്ന വചനങ്ങളെ വീണ്ടും എഴുതി തരും എന്ന് അരുളിച്ചെയ്തു. അങ്ങനെ വീണ്ടും ദൈവം തന്നെ ദൈവത്തിന്റെ പത്തു കല്പന എഴുതിക്കൊടുത്തതിന്റെ കാരണം, അതിന്റെ പ്രാധാന്യത ഏറ്റവും വലുതായതുകൊണ്ട് മാത്രമാണ്. സങ്കീ 89:34,35 എന്നീ വാക്യങ്ങളിൽ ദൈവം ഇപ്രകാരം അരുളിച്ചെന്നു. ഞാൻ എന്റെ നിയമത്തെ ലംഘിക്കുകയോ, എന്റെ അധരങ്ങളിൽ നിന്ന് പുറപ്പെട്ടതിന് ഭേദം വരുത്തുകയോ ചെയ്യുകയില്ല എന്ന് ഞാൻ ഒരിക്കൽ എന്റെ വിശുദ്ധിയെക്കൊണ്ട് സത്യം ചെയ്തിരിക്കുന്നു. (മത്തായി 5:18)

ദൈവം തന്റെ നിയമം ജനത്തോട് സംസാരിച്ചപ്പോൾ ജനമൊക്കെയും ഇടിമഴുക്കവും, മിന്നലും കാഹളധ്വനിയും പർവ്വതം പുകയുന്നതും കണ്ടു. ജനം ഇതുകണ്ടപ്പോൾ വിറച്ചുകൊണ്ടു ദൂരത്ത് നിന്നു. അവർ മോശയോട് നീ ഞങ്ങളോടു സംസാരിക്ക, ഞങ്ങൾ കേട്ടുകൊള്ളാം, ഞങ്ങൾ മരിക്കാതിരിക്കേണ്ടതിന് ദൈവം ഞങ്ങളോടു സംസാരിക്കരുതേ എന്നു പറഞ്ഞു. മോശെ ജനത്തോടു: ഭയപ്പെടേണ്ട, നിങ്ങളെ പരീക്ഷിക്കേണ്ടതിനും നിങ്ങൾ പാപം ചെയ്യാതിരിക്കുവാൻ അവങ്കലുള്ള ഭയം നിങ്ങൾക്കുണ്ടായിരിക്കേണ്ടതിനുമത്രേ ദൈവം വന്നിരിക്കുന്നു എന്നു പറഞ്ഞു. ഇസ്രായേൽ ഒക്കെയും നിന്റെ വചനം കേട്ട് അനുസരിക്കാതെയും അത് വിട്ടുമാറി നിന്റെ ന്യായപ്രമാണം ലംഘിച്ചിരിക്കുന്നു. ഇങ്ങനെ ഞങ്ങൾ പാപം ചെയ്യാതിരിക്കുന്നതിനാൽ ദൈവത്തിന്റെ ദാസനായ മോശയുടെ ന്യായപ്രമാണത്തിൽ എഴുതിയിരിക്കുന്ന ശാപവും, ആണയും ഞങ്ങളുടെമേൽ ചൊരിഞ്ഞിരിക്കുന്നു. ദാനിയേൽ 9 -ാം അദ്ധ്യായത്തിൽ ദൈവത്തിന്റെ പത്ത് കല്പന ലംഘിച്ച് ഞങ്ങൾ പാപം ചെയ്തുപോയി എന്ന് ദാനിയേൽ കുറ്റം സമ്മതിക്കുന്നു.

പ്രിയമുള്ളവരേ, ദൈവത്തിന്റെ പത്ത് കല്പന ലംഘനമാണ് ശാപവും, ആണയും കൊണ്ടുവന്നത്. ദൈവത്തിന്റെ പത്തുകല്പനയാകുന്ന ന്യാപ്രമാണം ശാപമല്ല. അത് പാപം ചെയ്യുവാൻ നമ്മെ പ്രബോധിപ്പിക്കുന്നില്ല. പാപം ചെയ്യരുത് എന്ന പ്രമാണമാണ് പത്തു കല്പന 1 യോഹ 3:4-ൽ പാപം ചെയ്യുന്നവനെല്ലാം അധർമ്മവും ചെയ്യുന്നു. പാപം അധർമ്മ തന്നെ. പാപങ്ങൾ നീക്കുവാൻ അവൻ പ്രത്യക്ഷനായി എന്നു നിങ്ങൾ അറിയുന്നു. അവനിൽ പാപം ഇല്ല.

പാപം ചെയ്യുന്നവൻ പിശാചിന്റെ മകനാകുന്നു. പിശാച് ആദിമുതൽ പാപം ചെയ്യുന്നുവല്ലോ. പിശാചിന്റെ പ്രവൃത്തികളെ നശിപ്പിക്കുവാൻ തന്നെ ദൈവപുത്രൻ പ്രത്യക്ഷനായി. 1 യോഹ 3:8 അതുകൊണ്ടാണ് ക്രിസ്തു

ഇപ്രകാരം പറഞ്ഞത്. സത്യമായി ഞാൻ നിങ്ങളോടു പറയുന്നു. ആകാശവും ഭൂമിയും ഒഴിഞ്ഞുപോകും വരെ സകലതും നിവർത്തിയാകുവോളം ന്യായപ്രാണത്തിൽ നിന്ന് ഒരു വള്ളിയോ, പുള്ളിയോ ഒരു നാളും നീങ്ങി പോകുകയില്ല. മത്തായി 5:18, അവിടുന്നു വീണ്ടും അരുളിച്ചെയ്തത്; ഞാൻ ന്യായപ്രമാണത്തെയോ പ്രവാചകന്മാരെയോ നീക്കേണ്ടതിന് വന്നു എന്ന് ആരും നിരൂപിക്കരുത്. നീക്കു വാനല്ല, നിവർത്തിപ്പാനത്രേ ഞാൻ വന്നത്. മത്താ 5:17

ആകയാൽ നാം എന്ത് പറയേണ്ടു. ന്യായപ്രമാണം പാപമെന്നോ? ഒരു നാളും അരുത്. ന്യായപ്രമാണത്താലല്ലാതെ ഞാൻ പാപത്തെ അറിഞ്ഞില്ല മോഹിക്കരുതെന്ന് ന്യായപ്രമാണം പറയാതിരുന്നുവെങ്കിൽ ഞാൻ മോഹത്തെ അറിയുകയില്ലായിരുന്നു. റോമ 7:7 ദൈവത്തിന്റെ പത്തുകല്പനയാകുന്ന ന്യായമാണം ശാപമല്ല, ഒന്നിന്റെയും നിഴലുമല്ല. കാരണം ദൈവത്തിന്റെ പത്തു കല്പന ലംഘിച്ചപ്പോഴാണ് മോശയുടെ ന്യായപ്രമാണത്തിൽ എഴുതിയിരിക്കുന്ന ശാപവും, ആണയും ജനത്തിന്മേൽ ചൊരിയപ്പെട്ടത്. ഏശയ്യാവ് 24:5,6 ഭൂമിയിലെ ഉന്നതന്മാർ ക്ഷീണിച്ചു പോകുന്നു. ഭൂമി അതിലെ നിവാസികളാൽ മലിനമായിരിക്കുന്നു. അവർ പ്രമാണങ്ങളെ ലംഘിച്ചു ചട്ടം മറിച്ചു നിത്യനിയമത്തിനു ഭംഗം വരുത്തിയിരിക്കുന്നു. അതുകൊണ്ടു ഭൂമി ശാപഗ്രസ്തമായി അതിൽ പാർക്കുന്നവർ ശിക്ഷ അനുഭവിക്കുന്നു. ഇതിൽ നിന്ന് ദൈവത്തിന്റെ പത്തുകല്പനയാകുന്ന ന്യായപ്രമാണം നമുക്ക് അനുഗ്രഹം മാത്രമെ കൊണ്ടുവരുന്നുള്ളൂയെന്ന് പുറപ്പാട് 20 : 6-ൽ എന്നെ സ്നേഹി എന്റെ കല്പനകൾ പ്രമാണിക്കുന്നവർക്ക് ദയ കാണിക്കുകയും ചെയ്യും എന്ന് അരുളിചെയ്തിരിക്കുന്നുവല്ലോ.

ദൈവത്തിന്റെ ന്യായപ്രമാണവും മോശയുടെ ന്യപ്രമാണവും തമ്മിലുള്ള വകഭേതങ്ങൾ

ദൈവത്തിന്റെ പത്തു കല്പനയാകുന്ന ന്യായപ്രമാണം മാറാത്തത്, മാറ്റമില്ലാത്തത്, നിത്യ മായത്, നിലനിൽക്കുന്നത്.

1. പത്ത് കല്പന ദൈവം തന്റെ സ്വന്തം വിരലുകളാൽ എഴുതി (പുറ 31:18)
2. ദൈവത്തിന്റെ പ്രമാണം പെട്ടകത്തിനകത്തു വച്ചു (ആവ 10 :5)
3. രണ്ട് കല്പകയിൽ എഴുതി (ആവ 5:22,23)

4. ന്യായപ്രമാണം ക്രിസ്തുവിനാൽ ഉറപ്പിക്കപ്പെടുന്നു (മത്താ 5:17,19)
5. ക്രിസ്തുവിലുള്ള വിശ്വാസ ത്താൽ ന്യായപ്രമാണം ഉറപ്പിക്ക പ്പെട്ടു (റോമ 3:31)
6. ദൈവത്തിന്റെ ന്യായപ്രമാണം തികവുള്ളത്. (യാക്കോ 1:25) അത് പ്രാണനെ തണുപ്പിക്കുന്നു. (സങ്കീ 19:7)
7. പാപത്തിൽ നിന്ന് നമ്മെ സ്വാതന്ത്ര്യരാക്കുന്നു (യാക്കോ 2:12)
8. പാപത്തെക്കുറിച്ചുള്ള പരിജ്ഞാനം നൽകുന്നു. (റോമ 7:7, 3:20)
9. വിശ്വാസ്യവും സ്ഥിരമായതും (സങ്കീ 111:8,9)
10. ന്യായപ്രമാണം വിശുദ്ധവും ന്യായവും, നല്ലതും (റോമർ 7:12)
11. എല്ലാവരും അനുസരിക്കേണ്ടതായ പ്രമാണം അനുസരിക്കാത്തവർക്ക് ന്യായവിധിയും കൊണ്ടു വരുന്ന പ്രമാണം. (റോമ 2:12,14),(യാക്കോ 2:10,12), (വെളി 11:18,19),(യാക്കോ 1:25)
12. ദൈവത്തിന്റെ ന്യാപമാണത്തിൽ ഉള്ളം കൊണ്ട് രസിക്കാൻ (റോമ 7:22)
13. ദൈവം തന്റെ നിയമം ശ്രേഷ്ടമാക്കിയിരിക്കുന്നു . (യെശ 42:21), (മത്താ 5:21,22,27,28,29)
14. എല്ലാവരും അനുസരിക്കുവാനും എല്ലാവരേയും പഠിപ്പിക്കുന്വാനും ഉള്ളത് (മത്താ 5:19), (സഭാ 12:13)
15. ദൈവം തന്റെ മക്കളുടെ ഹൃദയത്തിൽ എഴുതുന്ന ന്യായപ്രമാണം (എബ്രാ 8:10),(യിരെ 31:33)
16. ദൈവത്തിന്റെ ന്യായപ്രമാണം അനുസരിക്കുന്നവർക്ക് ക്രിസ്തു നിത്യജീവൻ നൽകുന്നു. (മത്താ 19:16,19) പരിശുദ്ധാത്മാവിനെയും നൽകുന്നു (യോഹ 14:15)

മോശയുടെ ന്യാപ്രമാണം കർമ്മാചാരപരമായത്, ലംഘനം നിമിത്തം കൂട്ടിച്ചേർക്കപ്പെട്ടത്, ക്രിസ്തുവിന്റെ ക്രൂശിന് നിഴലായിട്ടുള്ളത്, ശാപവും, ആണയും കൊണ്ടുവന്നത്

1. മോശെയുടേതു ഒരു പുസ്ത കത്തിലെഴുതി.(ആവർ 31:24)
2. മോശയുടെ പ്രമാണം നിയമ പെട്ടകത്തിനരികെ വച്ചു (ആവ 31:26, എഫെ 2:14)
3. മോശെയാൽ കല്പിച്ചു നൽകപ്പെട്ടു. (ആവർ 33:4)
4. ക്രിസ്തുവിന്റെ ക്രൂശമരണത്താൽ നീക്കപ്പെട്ടു (എഫേ 2:14,15)

5. ക്രിസ്തു വേർപാടിന്റെ നടുച്ചവർ ആകുന്ന ന്യായപ്രമാണം നീക്കി. (എഫേ 2:14,16)
6. പൂർത്തി വരുത്തുവാൻ കഴിയാത്ത ന്യായപ്രമാണം (എബ്രാ 7:19)
7. ക്രിസ്തുവിൽ നിന്നും കൃപ യിൽ നിന്നും നമ്മെ വേർപെടുത്തുന്ന ന്യായപ്രമാണം (ഗലാ 5:4)
8. ദൈവം പ്രസാദിക്കാത്ത ന്യായപ്രമാണം (എബ്രാ 10:8)
9. ഗുണീകരണ കാലത്തോളം ക്രിസ്തു വരെ ചുമത്തപ്പെട്ട പ്രമാണം (എബ്രാ 9:10) (കൊലോ 2:14)
10. നമുക്ക് ചുമക്കാൻ കഴിയാത്തത്. (അപ്പോ 15:5), (ഗലാ 5:1)
11. മോശെയുടെ പ്രമാണത്താൽ ആരെയും വിധിക്കരുത്. ഇവ വരുവാനിരുന്ന ക്രിസ്തുവിന്റെ നിഴലായിരുന്നു. (കൊലൊ 2:14,15,16)
12. രക്ഷയ്ക്ക് ആധാരമാകാത്ത ന്യായപ്രമാണം, പരിച്ഛേദന ഏൽക്കുന്ന നിങ്ങൾ ക്രിസ്തുവിൽ നിന്ന് വേർപ്പെട്ട് പോകും. (അപ്പൊ 15:1)
13. പൂർത്തിവരുത്തുവാൻ കഴിയാത്തത് (എബ്രാ 7:19)
14. നീതികരിക്കപ്പെടാൻ കഴിയാത്തത് (ഗലാ 5:4)
15. ആരുടെയും ഹൃദയങ്ങളിൽ എഴുതുകയോ സദ്ഗുണപൂർത്തി വരുത്തുകയോ കഴിയാത്തത് (എബ്രാ 10:1)
16. മോശെയുടേത് നിത്യജീവന് ആധാരമല്ല മരണത്തിനു ഹേതു (എബ്രാ 10:28)

ന്യായപ്രമാണത്തിലെ മറ്റും വകഭേദങ്ങൾ

(യോഹന്നാൻ 15:18-25) അവസാനം ക്രിസ്തു ഇപ്രകാരം പറഞ്ഞു. അവർ കാരണം കൂടാതെ എന്നെ വെറുത്തു എന്ന് അവരുടെ ന്യായപ്രമാണത്തിൽ എഴുതിയിരിക്കുന്ന വചനം നിവർത്തി ആകേണ്ടതിനു തന്നെ. സങ്കീർത്തനം 69:4-ാം വാക്യമാണ് ക്രിസ്തു ഇവിടെ ഉദ്ധരിച്ചത്. (യോഹ 10:34) യേശു അവരോടു: നിങ്ങൾ ദേവന്മാർ ആകുന്നു എന്നു ഞാൻ പറഞ്ഞു എന്നു നിങ്ങളുടെ ന്യായപ്രമാണത്തിൽ എഴുതിയിരിക്കുന്നില്ലയോ? വീണ്ടും മറ്റൊരു ഭാഗം യോഹന്നാൻ 8:17. രണ്ടു മനുഷ്യരുടെ സാക്ഷ്യം സത്യം എന്നു നിങ്ങളുടെ ന്യായം മാണത്തിലും എഴുതിയിരിക്കുന്നുവല്ലോ. ഒരു ഭാഗം കൂടി ഉദ്ധരിച്ചുകൊള്ളട്ടെ, ഗലാത്യർ 3:13-ൽ ഇങ്ങനെ കാണുന്നു. മരത്തിന്മേൽ തൂങ്ങുന്നവനെല്ലാം ശപിക്കപ്പെട്ടവൻ എന്ന് എഴുതിയിരിക്കുന്നതുപോലെ ക്രിസ്തു നമുക്കുവേണ്ടി ശാപമായിത്തീർന്നു. ന്യായപ്രമാണത്തിന്റെ

ശാപത്തിൽ നിന്ന് നമ്മെ വിലയ്ക്കു വാങ്ങി. അങ്ങനെ ക്രിസ്തു നമുക്കുവേണ്ടി ശാപമായി തീർന്നു. (ദാനിയേൽ 9:11) യിസ്രായേലൊക്കെയും നിന്റെ വചനം കേട്ടനുസരിക്കാതെ വിട്ടുമാറി നിന്റെ ന്യായപ്രമാണം ലംഘിച്ചിരിക്കുന്നു. ഇങ്ങനെ ഞങ്ങൾ അവനോട് പാപം ചെയ്തിരിക്കയാൽ ദൈവത്തിന്റെ ദാസനായ മോശയുടെ ന്യായപ്രമാണത്തിൽ എഴുതിയിരിക്കുന്ന ശാപവും ആണയും ഞങ്ങളുടെമേൽ ചൊരിഞ്ഞിരിക്കുന്നു. (റോമർ 7:20-23), ഞാൻ ഇച്ഛരിക്കാത്തതിനെ ചെയ്യുന്നു എങ്കിലോ അതിനെ പ്രവർത്തിക്കുന്നതു ഞാനല്ല എന്നിൽ വസിക്കുന്ന പാപമത്രെ അങ്ങനെ നന്മ ചെയ്യാൻ ഇച്ഛരിക്കുന്ന ഞാൻ തിന്മ എന്റെ പക്കൽ ഉണ്ട് എന്നൊരു പ്രമാണം കാണുന്നു. ഉള്ളം കൊണ്ടു ഞാൻ ദൈവത്തിന്റെ ന്യായപ്രമാണത്തിൽ രസിക്കുന്നു. എങ്കിലും എന്റെ ബുദ്ധിയുടെ പ്രമാണത്തോടു പോരാടുന്ന വേറൊരു പ്രമാണം ഞാൻ എന്റെ അവയവങ്ങളിൽ കാണുന്നു; അതു എന്റെ അവയവങ്ങളിലുള്ള പാപമാണത്തിനു എന്നെ ബദ്ധനാക്കിക്കളയുന്നു. ദൈവത്തിന്റെ പത്തുകല്പനയാകുന്ന ന്യാപ്രമാണം ദൈവത്തിന്റെ സിംഹാസനത്തിന്റെ അടിസ്ഥാനമാണ് അത് നമ്മുടെ ധ്യാനവിഷയമാണ്. ഒന്നാം സങ്കീർത്തനവും 119-ാം സങ്കീർത്തനവും ദൈവത്തിന്റെ 10 കല്പനയാകുന്ന ന്യായപ്രമാണത്തിന്റെ വർണ്ണനങ്ങൾ ആകുന്നു. അതിനെ രാപകൽ ധ്യാനിക്കുന്നവൻ ഭാഗ്യവാൻ എന്നു എഴുതപ്പെട്ടിരിക്കുന്നു. പാപപ്രമാണമാണ് മരണം കൊണ്ടുവന്നത്. മരണത്തിന്റെ അധികാരി സാത്താനാണ്. ആകയാൽ പ്രിയമുള്ളവരെ നിങ്ങളുടെ നാവിൽ നിന്നും നിങ്ങളുടെ ഹൃദയത്തിൽ നിന്നും ദൈവത്തിന്റെ 10 കല്പനക്ക് വിരുദ്ധമായി യാതൊന്നും പുറപ്പെടാതിരിക്കട്ടെ. കാരണം അത് നിങ്ങളുടെ അനുഗ്രഹങ്ങൾക്കു തടസ്സമായി മരണത്തിനു ഹേതുവാകും. (ആവർത്തനം 28:1-14) വരെയും തുടർന്നും വായിക്കുക. (സഭാ.പ്രസംഗി 12:13,14) എല്ലാറ്റിന്റെയും സാരം കേൾക്കുക; ദൈവത്തെ ഭയപ്പെട്ടു അവന്റെ കല്പനകളെ പ്രമാണിച്ചുകൊൾക; അതു ആകുന്നു സകല മനുഷ്യർക്കും വേണ്ടുന്നതു. ദൈവം നല്ലതും തീയതുമായ സകലപ്രവൃത്തിയെയും സകല രഹസ്യങ്ങളുമായി ന്യായവിസ്താരത്തിലേക്കു വരുത്തുമല്ലോ.

ന്യായപ്രമാണം സംബന്ധിച്ച് വിലയിരുത്തൽ

ന്യായപ്രമാണം എന്ന വിഷയം പിടിച്ചുകൊണ്ടിരിക്കുന്ന നിങ്ങൾ ദൈവത്തിന്റെ ഒരു വിശ്വസ്ത ദാസനോ ദാസിയോ ആകാം. വളരെ പ്രാർത്ഥനാ ശീലം ഉള്ള വ്യക്തിയും ആകാം. നല്ല ഒരു പ്രാസംഗികനാകാം, വലിയ വീര്യപ്രവർത്തികൾ

ചെയ്തുകൊണ്ടിരിക്കുന്ന മാന്യ വ്യക്തിയാകാം. അന്യ ഭാഷാവാരമുള്ള, വ്യാഖ്യാനവരമുള്ള, രോഗസൗഖ്യവരമുണ്ടായിരിക്കാം, ആത്മാവിന്റെ ഫലങ്ങളും സകല മർമ്മങ്ങളെ ഗ്രഹിക്കയും ബാധകളെ ഒഴിപ്പിക്കുന്നുണ്ടായിരിക്കാം. അനേകരെ ദൈവവചനം പഠിപ്പിക്കുന്നുണ്ടായിരിക്കാം. പല രീതിയിൽ ദാനധർമ്മങ്ങൾ ചെയ്തികൊണ്ടിരിക്കയാകാം.

1. ന്യായപ്രമാണം സംബന്ധിച്ച് പഠിച്ച കാര്യങ്ങളെ ഒന്നുകൂടി വിലയിരുത്തുക.

2. ദൈവം തന്റെ നിയമം നിങ്ങളുടെ ഹൃദയപലകയിൽ എഴുതട്ടെ

3. ദൈവത്തിന്റെ പത്തു കല്പനയാകും ന്യായപ്രമാണം കേൾക്കേണ്ടതിന് ശ്രദ്ധവയ്ക്കാതെ ചെവികൊടുക്കാതെ നാമിനിയും മുന്നോട്ട് പോകുന്നുവെങ്കിൽ നമ്മുടെ എല്ലാ നന്മ പ്രവർത്തികളും കണക്കിടപ്പെടാതെ പോയേക്കാം.

4. ജീവനിൽ പ്രവേശിക്കുവാൻ ആഗ്രഹിക്കുന്നുവെങ്കിൽ, പത്തു കല്പനകളെ പ്രമാണിക്കാൻ പഠിപ്പിച്ച, കർത്താവ് ഒരു കാര്യം ഓർമ്മപ്പെടുത്തുന്നു. എന്നെ കർത്താവേ കർത്താവേ എന്നു വിളിക്കുന്ന ഏവനുമല്ല എന്റെ പിതാവിന്റെ ഇഷ്ടം ചെയ്യുന്നവനത്രെ സ്വർഗ്ഗത്തിൽ പ്രവേശിക്കുന്നത്. കർത്താവെ നിന്റെ നാമത്തിൽ ഞങ്ങൾ ഭൂതങ്ങളെ പുറത്താക്കുകയും, നിന്റെ നാമ ത്തിൽ വലിയ വീര്യപ്രവർത്തികൾ ചെയ്യുകയും ചെയ്തു. അന്നാളിൽ അവർ കർത്താവിനോട് പറയയും, കർത്താവിന്റെ മറുപടി ഞാൻ നിങ്ങളെ ഒരു നാളും അറിയുന്നില്ല. അധർമ്മം പ്രവർത്തിക്കുന്നവരെ എന്നെ വിട്ടു പോകുവിൻ എന്നു തീർത്തു പറയും. എന്താണ് അധർമ്മം? 1 യോഹന്നാൻ 3:4-ാം വാക്യം പാപം ചെയ്യുന്നവനെല്ലാം അധർമ്മവും ചെയ്യുന്നു. പാപം അധർമ്മം തന്നെ, ദൈവത്തിന്റെ കല്പന ലംഘിക്കുന്നതാണ് അധർമ്മം, സദൃശവാക്യങ്ങൾ 28:4-ൽ നാം കാണുന്നത് ന്യായപ്രമാണം കേൾക്കാതെ ചെവിതിരിച്ചു കളഞ്ഞാൽ അവന്റെ പ്രാർത്ഥന തന്നെയും ദൈവത്തിന് വെറുപ്പാകുന്നു. സദൃശവാക്യം 28:4-ൽ ദൈവത്തിന്റെ ന്യായപ്രമാണത്തെ ഉപേക്ഷിക്കുന്നവർ ദുഷ്ടനെ പ്രശംസിക്കുന്നു. എന്നാൽ ദൈവമേ അങ്ങയുടെ ന്യായപ്രമാണത്തിലെ അത്ഭുതങ്ങളെ കാണേണ്ടതിന് എന്റെ കണ്ണുകളെ തുറക്കേണമേ എന്നതായിരിക്കട്ടെ എന്റെയും നിങ്ങളുടെയും പ്രാർത്ഥന. ചില വാക്യങ്ങൾ ആവർത്തിച്ച് ഉദ്ധരിക്കേണ്ടതിനായി വന്നിട്ടുണ്ട്. ന്യായപ്രമാണവിഷയാധിഷ്ഠിതമായി വന്നതാണ്. ഖേദിക്കുന്നു, വിരസത തോന്നാതിരിക്കട്ടെ.

മോശ സീനായ് പർവ്വതത്തിൽ

ദൈവം സീനായ് പർവ്വതത്തിൽ വെച്ച് മോശയോട് അരുൾ ചെയ്തു കഴിഞ്ഞ ശേഷം ദൈവത്തിന്റെ വിരൽ കൊണ്ട് എഴുതിയ കൽപലകകളായ സാക്ഷ്യ പലക രണ്ടും അവന്റെ പക്കൽ കൊടുത്തു. (പുറ 31:18). നിങ്ങൾ അനുസരിച്ച് നടക്കേണ്ടതിന് ദൈവം നിങ്ങളോട് കല്പിച്ച് തന്റെ നിയമമായ പത്ത് കല്പനകൾ ദൈവം നിങ്ങളെ അറി യിക്കുകയും രണ്ട് കല്പലകകളിൽ എഴുതുകയും ചെയ്തു. പലക ദൈവത്തിന്റെ പണിയും പലകയിൽ പതിഞ്ഞ എഴുത്ത് ദൈവത്തിന്റെ എഴുത്തും ആയിരുന്നു. (പുപ്പാട് 32:16). ദൈവം നിങ്ങളോട് ചെയ്ത നിയമത്തിന്റെ പലകകളായ കൽപലകകൾ വാങ്ങുവാൻ ഞാൻ പർവ്വതത്തിൽ കയറി 40 രാവും 40 പകലും പർവ്വതത്തിൽ താമസിച്ചു. ഞാൻ ആഹാരം കഴിക്കുകയോ വെള്ളം കുടിക്കുകയോ ചെയ്തില്ല (ആവർ 9:9).

34

ദൈവത്തിൻ്റെ മാറ്റമില്ലാത്ത പത്ത് കല്പന

I

അടിമവീടായ മിസ്രയീംദേശത്തുനിന്നു
നിന്നെ കൊണ്ടുവന്ന യഹോവയായ ഞാൻ
നിന്റെ ദൈവം ആകുന്നു.ഞാനല്ലാതെ
അന്യദൈവങ്ങൾ നിനക്കു ഉണ്ടാകരുതു.

II

ഒരു വിഗ്രഹം ഉണ്ടാക്കരുതു; മീതെ സ്വർഗ്ഗത്തിൽ എങ്കിലും
താഴെ ഭൂമിയിൽ എങ്കിലും ഭൂമിക്കു കീഴെ വെള്ളത്തിൽ
എങ്കിലും ഉള്ള യാതൊന്നിന്റെ പ്രതിമയും അരുതു.
അവയെ നമസ്കരിക്കയോ സേവിക്കയോ ചെയ്യരുതു. നിന്റെ
ദൈവമായ യഹോവയായ ഞാൻ തീക്ഷ്ണതയുള്ള ദൈവം
ആകുന്നു; എന്നെ പകെക്കുന്നവരിൽ പിതാക്കന്മാരുടെ
അകൃത്യം മൂന്നാമത്തെയും നാലാമത്തെയും തലമുറവരെ
മക്കളുടെ മേൽ സന്ദർശിക്കയും
എന്നെ സ്നേഹിച്ചു എന്റെ കല്പനകളെ പ്രമാണിക്കുന്നവർക്കു
ആയിരം തലമുറ വരെ ദയകാണിക്കയും ചെയ്യുന്നു.

III

നിന്റെ ദൈവമായ യഹോവയുടെ നാമം വൃഥാ എടുക്കരുതു;
തന്റെ നാമം വൃഥാ എടുക്കുന്നവനെ യഹോവ
ശിക്ഷിക്കാതെ വിടുകയില്ല.

ശബ്ബത്ത്നാളിനെ ശുദ്ധീകരിപ്പാൻ ഓർക്ക.
ആറു ദിവസം അദ്ധ്വാനിച്ചു നിന്റെ വേല ഒക്കെയും ചെയ്ക.
ഏഴാം ദിവസം നിന്റെ ദൈവമായ യഹോവയുടെ ശബ്ബത്ത്
ആകുന്നു; അന്നു നീയും നിന്റെ പുത്രനും പുത്രിയും നിന്റെ
വേലക്കാരനും വേലക്കാരത്തിയും നിന്റെ കന്നുകാലികളും നിന്റെ
പടിവാതിൽക്കകത്തുള്ള പരദേശിയും ഒരു വേലയും ചെയ്യരുതു.
ആറു ദിവസംകൊണ്ടു യഹോവ ആകാശവും ഭൂമിയും സമുദ്രവും
അവയിലുള്ളതൊക്കെയും ഉണ്ടാക്കി, ഏഴാം ദിവസം
സ്വസ്ഥമായിരുന്നു; അതുകൊണ്ടു യഹോവ ശബ്ബത്തുനാളിനെ
അനുഗ്രഹിച്ചു ശുദ്ധീകരിച്ചിരിക്കുന്നു.

V

നിന്റെ ദൈവമായ യഹോവ നിനക്കു
തരുന്ന ദേശത്തു നിനക്കു
ദീർഘായുസ്സുണ്ടാകുവാൻ നിന്റെ
അപ്പനെയും അമ്മയെയും ബഹുമാനിക്ക.

VI

കൊല ചെയ്യരുതു.

VII

വ്യഭിചാരം ചെയ്യരുതു.

VIII

മോഷ്ടിക്കരുതു.

IX

കൂട്ടുകാരന്റെ നേരെ കള്ളസ്സാക്ഷ്യം
പറയരുതു.

X

കൂട്ടുകാരന്റെ ഭവനത്തെ
മോഹിക്കരുതു; കൂട്ടുകാരന്റെ
ഭാര്യയെയും അവന്റെ ദാസനെയും
ദാസിയെയും അവന്റെ കാളയെയും
കഴുതയെയും കൂട്ടുകാരനുള്ള
യാതൊന്നിനെയും മോഹിക്കരുതു.

നിങ്ങൾ അനുസരിച്ച് നടക്കേണ്ടതിന് ദൈവം നിങ്ങളോട് കല്പിച്ച് തന്റെ നിയമമായ 10 കല്പന അവൻ നിങ്ങളെ അറിയിക്കുകയും രണ്ട് കലകയിൽ എഴുതുകയും ചെയ്തു (ആവർത്തനം 4:13).

മോശെ തിരിഞ്ഞു പർവ്വതത്തിൽ നിന്നു ഇറങ്ങി; സാക്ഷ്യത്തിന്റെ പലക രണ്ടും അവന്റെ കയ്യിൽ ഉണ്ടായിരുന്നു. പലക ഇപ്പുറവും അപ്പുറവുമായി ഇരുവശത്തും എഴുതിയതായിരുന്നു. (പുറ 3:15).

ഇന്നു ഞാൻ നിന്നോടു കല്പിക്കുന്ന ഈ വചനങ്ങൾ നിന്റെ ഹൃദയത്തിൽ ഇരിക്കണം. നീ അവയെ നിന്റെ മക്കൾക്കു ഉപദേശിച്ചു കൊടുക്കയും നീ വീട്ടിൽ ഇരിക്കുമ്പോഴും വഴി നടക്കുമ്പോഴും കിടക്കുമ്പോഴും എഴുന്നേല്ക്കുമ്പോഴും അവയെക്കുറിച്ചു സംസാരിക്കയും വേണം. (ആവർത്തനം 6:6,7).

പത്തു കല്പനകളായ ന്യായപ്രമാണത്തെക്കുറിച്ച് ക്രിസ്തു നിർദ്ദേശിച്ച വചനങ്ങൾ

സത്യമായിട്ടു ഞാൻ നിങ്ങളോടു പറയുന്നു. ആകാശവും ഭൂമിയും ഒഴിഞ്ഞുപോകുംവരെ സകലവും നിവൃത്തിയാകുവോളം ന്യായപ്രമാണത്തിൽ നിന്നു ഒരു വള്ളി എങ്കിലും പുള്ളി എങ്കിലും ഒരു നാളും ഒഴിഞ്ഞു പോകയില്ല. ആകയാൽ ഈ ഏറ്റവും ചെറിയ കല്പനകളിൽ ഒന്നു അഴിക്കയും മനുഷ്യരെ അങ്ങനെ പഠിപ്പിക്കയും ചെയ്യുന്നവൻ സ്വർഗ്ഗരാജ്യത്തിൽ ഏറ്റവും ചെറിയവൻ എന്നു വിളിക്കപ്പെടും. അവയെ ആചരിക്കുകയും അങ്ങനെ പഠിപ്പിക്കുകയും ചെയ്യുന്നവൻ സ്വർഗ്ഗരാജ്യത്തിൽ വലിയവൻ എന്ന് വിളിക്കപ്പെടും (മത്താ 5:18,19).

എന്നോടു നന്മയെക്കുറിച്ചു ചോദിക്കുന്നതു എന്ത്? നല്ലവൻ ഒരുത്തനേ ഉള്ളൂ ജീവനിൽ കടക്കാൻ ഇച്ഛരിക്കുന്നു എങ്കിൽ കല്പനകളെ പ്രമാണിക്ക എന്നു അവനോടു പറഞ്ഞു.(മത്തായി 19:17).

പത്തു കല്പനകളെക്കുറിച്ച് യാക്കോബ് പറഞ്ഞ തിരുവചനങ്ങൾ

സ്വാതന്ത്ര്യത്തിന്റെ തികഞ്ഞ ന്യായപ്രമാണം ഉറ്റു നോക്കി അതിൽ നിലനിൽക്കുന്നവനോ കേട്ടു മറക്കുന്നവനല്ല, പ്രവൃത്തി ചെയ്യുന്നവനായി താൻ ചെയ്യുന്നതിൽ ഭാഗ്യവാൻ ആകും. (യാക്കോബ് 1:25).

ഒരുത്തൻ ന്യായപ്രമാണം മുഴുവനും അനുസരിച്ചു നടന്നിട്ടും ഒന്നിൽ തെറ്റിയാൽ അവൻ സകലത്തിനും കുറ്റക്കാരനായിത്തീർന്നു (യാക്കോബ് 2:10).

സ്വാതന്ത്ര്യത്തിന്റെ ന്യായപ്രമാണത്താൽ വിധിക്കപ്പെടുവാനുള്ളവരെപ്പോലെ സംസാരിക്കയും പ്രവർത്തിക്കയും ചെയ്വിൻ (യാക്കോബ് 2:12).

പത്തു കല്പനകൾ സംബന്ധമായി അപ്പോസ്തലന്മാർ സുവിശേഷങ്ങളിലും ലേഖനങ്ങളിലും എഴുതപ്പെട്ടവ

പാപം ചെയ്യുന്നവൻ എല്ലാം അധർമ്മവും ചെയ്യുന്നു; പാപം അധർമ്മം തന്നെ. (1 യോഹന്നാൻ 3:4). കല്പന ലംഘനം പാപം.

പാപത്തിന്റെ ശമ്പളം മരണമത്രേ ദൈവത്തിന്റെ കൃപാവരമോ നമ്മുടെ കർത്താവായ യേശുക്രിസ്തുവിൽ നിത്യജീവൻ തന്നെ. (റോമർ 6:23).

10 കല്പനകൾ ഭാരമുള്ളവയല്ല

അവന്റെ കല്പനകളെ പ്രമാണിക്കുന്നതല്ലോ ദൈവത്തോടുള്ള സ്നേഹം; അവന്റെ കല്പനകൾ ഭാരമുള്ളവയല്ല. (1 യോഹ 5:3).

നിന്റെ പ്രമാണങ്ങളെ കൃത്യമായി ആചരിക്കേണ്ടതിന് നീ അവയെ കല്പിച്ചു തന്നിരിക്കുന്നു. (സങ്കീ. 119:4).

സകലർക്കും ദൈവത്തിന്റെ ന്യായവിധി

ജാതികൾ കോപിച്ചു നിന്റെ കോപവും വന്നു. മരിച്ചവരെ ന്യായം വിധിക്കാനും നിന്റെ ദാസന്മാരായ പ്രവാചകന്മാർക്കും വിശുദ്ധന്മാർക്കും ചെറിയവരും വലിയവരുമായി നിന്റെ ഭക്തന്മാർക്കും പ്രതിഫലം കൊടുക്കാനും ഭൂമിയെ നശിപ്പിക്കുന്നവരെ നശിപ്പിക്കാനും ഉള്ള കാലവും വന്നു. അപ്പോൾ സ്വർഗ്ഗത്തിലെ ദൈവാലയം തുറന്നു,അവന്റെ നിയമപ്പെട്ടകം അവന്റെ ആലയത്തിൽ പ്രത്യക്ഷമായി മിന്നലും നാദവും ഇടിമുഴക്കവും ഭൂകമ്പവും വലിയ കന്മഴയും ഉണ്ടായി.(വെളി 11:18,19).

ദൈവം 10 കല്പന തന്റെ മക്കളുടെ ഹൃദയങ്ങളിൽ എഴുതും

ഈ കാലം കഴിഞ്ഞശേഷം ഞാൻ അവരോടു ചെയ്യാനിരിക്കുന്ന നിയമം ഇങ്ങനെയാകുന്നു. എന്റെ ന്യായപ്രമാണം അവരുടെ ഉള്ളിലാക്കി അവരുടെ ഹൃദയങ്ങളിൽ എഴുതും എന്നു കർത്താവിന്റെ അരുളപ്പാടു. (എബ്രായർ 10:16). പത്തു കല്പന അനുസരിക്കുന്ന തന്റെ മക്കൾക്ക് ക്രിസ്തു പരിശുദ്ധാത്മാവിന്റെ വാശത്തം ചെയ്തിരിക്കുന്നു.

(യോഹ 14:15,16). നിങ്ങൾ എന്നെ സ്നേഹിക്കുന്നു എങ്കിൽ എന്റെ കല്പനകളെ കാത്തുകൊള്ളും. എന്നാൽ ഞാൻ പിതാവിനോടു ചോദിക്കും; അവൻ സത്യത്തിന്റെ ആത്മാവു എന്ന മറ്റൊരു കാര്യസ്ഥനെ എന്നേക്കും നിങ്ങളോടു കൂടെ ഇരിക്കേണ്ടതിനു നിങ്ങൾക്കു തരും (യോഹന്നാൻ 14:15,16).

ക്രിസ്തു തന്റെ മക്കൾക്കുള്ള പ്രതിഫലവുമായി വേഗം വരുന്നു

ഇതാ ഞാൻ വേഗം വരുന്നു; ഓരോരുന്നു അവനവന്റെ പ്രവർത്തിക്കു തക്കവണ്ണം കൊടുക്കാൻ പ്രതിഫലം എന്റെ പക്കൽ ഉണ്ട് (വെളിപ്പാടു 22:12).

എന്നെ സ്നേഹിച്ചു എന്റെ കല്പനകളെ പ്രമാണിക്കുന്നവർക്കു ആയിരം തലമുറവരെ ദയ കാണിക്കയും ചെയ്യുന്നു. (പുറ 20:16). കല്പന അനുസരിക്കുന്നവർക്കു ള്ള അനുഗ്രഹങ്ങൾ (ആവർ 28 : 1-14). കല്പന അനുസരിക്കാത്തവർക്കുള്ള ശാപം (ആവർ 28:15-68) (ഈ രണ്ടു ക്വട്ടേഷനുകളും ബൈബിളിൽ നിന്ന് വായിക്കുക.)

35

നിത്യജീവൻ പ്രാപിക്കാൻ നാം എന്തു ചെയ്യണം

ഇനിയും സമയമില്ല ആകയാൽ പ്രിയമുള്ളവരേ, നിങ്ങൾ അവയെ വായിക്കുക, ധ്യാനിക്കുക. അനുസരിക്കുക, മറ്റുള്ളവരെ പഠിപ്പിക്കുക, സ്വർഗ്ഗരാജ്യത്തിൽ വലിയവനായിരിക്കുക, കാരണം ദൈവം വാഗ്ദത്തങ്ങളിൽ വിശ്വസ്തതനാണ് നിന്റെ ദൈവമായ യഹോവ എന്ന മഹത്തും ഭയങ്കരവുമായ നാമത്തെ നീ ഭയപ്പെട്ട് ഈ പുസ്തകത്തിൽ എഴുതിയിരിക്കുന്ന ഈ ന്യായപ്രമാണത്തിലെ സകല വചനങ്ങളും പ്രമാണിച്ചനുസരിച്ച് നടക്കാതിരുന്നാൽ യഹോവ നിന്റെ മേലും നിന്റെ സന്തതിയുടെ മേലും നീണ്ടു നിൽക്കുന്ന അപൂർവ്വമായ മഹാബാധകളും നീണ്ടുനിൽക്കുന്ന വല്ലാത്ത രോഗങ്ങളും വരുത്തും (ആവ 28:58,59).

അനന്തരം ഒരു ന്യായശാസ്ത്രി എഴുന്നേറ്റു. ഗുരോ, ഞാൻ നിത്യജീവന്നു അവകാശി ആയിത്തീരുവാൻ എന്തു ചെയ്യേണം എന്നു അവനെ പരീക്ഷിച്ചു ചോദിച്ചു. അവൻ അവനോടു: ന്യായപ്രമാണത്തിൽ എന്തു എഴുതിയിരിക്കുന്നു; നീ എങ്ങനെ വായിക്കുന്നു എന്നു ചോദിച്ചതിനു അവൻ: നിന്റെ ദൈവമായ കർത്താവിനെ നീ പൂർണ്ണ ഹൃദയത്തോടും പൂർണ്ണാത്മാവോടും പൂർണ്ണശക്തിയോടും പൂർണ്ണ മനസ്സോടുംകൂടെ സ്നേഹിക്കേണം എന്നും കൂട്ടുകാരനെ നിന്നെ പ്പോലെതന്നെ സ്നേഹിക്കേണം എന്നും തന്നെ എന്നു ഉത്തരം പറഞ്ഞു. ക്രിസ്തു അവനോടു: നീ പറഞ്ഞ ഉത്തരം ശരി; അങ്ങനെ ചെയ്ക എന്നാൽ നീ ജീവിക്കും എന്നു പറഞ്ഞു. (ലൂക്കോ 10:25-28).

ദൈവപുത്രനെ വിശ്വസിച്ച് അനുസരിച്ച് നിത്യജീവൻ പ്രാപിക്ക

തന്റെ ഏകജാതനിൽ വിശ്വസിക്കുന്ന ഏവനും നശിച്ചുപോകാതെ നിത്യജീവൻ പ്രാപിക്കേണ്ടതിന് ദൈവം അവനെ നല്കുവാൻ തക്കവണ്ണം ലോകത്തെ സ്നേഹിച്ചു. (യോഹന്നാൻ 3:16).

പുത്രനിൽ വിശ്വസിക്കുന്നവനു നിത്യജീവൻ ഉണ്ട്; പുത്രനെ അനുസരിക്കാത്തവനോ ജീവനെ കാണുകയില്ല; ദൈവക്രോധം അവന്റെമേൽ വസിക്കുന്നതേയുള്ളൂ. (യോഹന്നാൻ 3:36).

യേശു ആജ്ഞാപിച്ചു: ജീവനിൽ കടക്കാൻ ഇച്ഛരിക്കുന്നുവെങ്കിൽ കല്പനകളെ പ്രമാണിക്ക (മത്താ 19:17, പുറ 20:6, യോഹ 14:15).

ന്യായവിധി നാളിൽ നിത്യജീവൻ അവകാശമാക്കാൻ ആഗ്രഹിക്കുന്നുവെങ്കിൽ വിഗ്രഹസേവ ചെയ്യാതെയും (സങ്കീ . 115) ദൈവത്തിന്റെ നാലാം കല്പനയായ ശാബ്ദത്തിനെയും വള്ളി പുള്ളിതെറ്റാതെ ആചരിക്കുക. കാരണം വിശുദ്ധ യാക്കോബ് അപ്പോസ്തലൻ ഇപ്രകാരം പറയുന്നു. ഒരുത്തൻ ന്യായപ്രമാണം മുഴുവൻ അനുസരിച്ച് നടന്നിട്ടും ഒന്നിൽ തെറ്റിയാൽ അവൻ സകലത്തിലും കുറ്റക്കാരൻ ആയി ത്തീർന്നു (യാക്കോ 2:10). വെളിപ്പാടുകാരൻ യോഹന്നാൻ കർത്താവിന്റെ ദിവസമായ ശാബത്തിൽ ആത്മവിവശനായി വെളിപ്പാടു പുസ്തകം എഴുതി (വെളി 1:10,11)

ഞാൻ കർത്താവിൽ സത്യം പറയുന്നു, കർത്താവിന്റെ ദിവസം ഞായറാഴ്ചയല്ല. കർത്താവിന്റെ ഏഴാം ദിനമായ ശനിയാഴ്ച ദിനം നിങ്ങൾ വിശുദ്ധമായി ആചരിക്കുമെങ്കിൽ ദൈവം നിങ്ങൾക്ക് രക്ഷ വാഗ്ദത്തം ചെയ്തിരിക്കുന്നു.

ശാബ്ത്തിനെ അശുദ്ധമാക്കാതെ പ്രമാണിച്ച് ദോഷം ചെയ്യാതെ വണ്ണം തന്റെ കൈ സൂക്ഷിച്ചു കൊണ്ട് ഇതു ചെയ്യുന്ന മർത്യനും ഇതു മുറുകെപ്പടിക്കുന്ന മനുഷ്യനും ഭാഗ്യവാൻ" (യെശ 56:1,2, എബ്രായർ 4:11).

യേശു തന്റെ പതിവുപോലെ ശബത്തിൽ പള്ളിയിൽ പോയി (ലൂക്കൊ 4:16), നമുക്ക് മാതൃക കാട്ടിത്തന്നു. ആയതുകൊണ്ട് നാമാരും മറക്കാതെ, ശാബത്ത് വിശുദ്ധമായി ആചരിക്കാൻ ഓർക്കുക. മറക്കരുത് (പുറ 20:8-11).

യഹോവയുടെ ന്യായപ്രമാണത്തിൽ സന്തോഷിച്ച് അവിടത്തെ ന്യായപ്രമാണത്തെ രാപ്പകൽ ധ്യാനിക്കുന്നവൻ ഭാഗ്യവാൻ (സങ്കീ 1:2). ലോകശക്തികൾ ഒത്തു ചേർന്ന് ഈ അന്ത്യകാലത്ത് ദൈവ കല്പനകൾക്ക് വിരോധമായി ചിന്തിക്കുകയും പ്രവർത്തിക്കുകയും ചെയ്യുന്നതിനാൽ ഈ ലോകത്തിന്റെ അന്ത്യം കുറിക്കുവാൻ ക്രിസ്തു വേഗം വരുന്നു. തിരുവചനം ഇപ്രകാരം പറയുന്നു. ഏതു കണ്ണും തന്നെ കുത്തിതുളച്ചവരും യേശുവിനെ കാണും. എല്ലാ മുഴങ്കാലും തിരുമുമ്പിൽ മടങ്ങും. (വെളി 1:7, ഫിലി 2:10).

36

ഭൂമി കത്തും

വിശുദ്ധ പത്രോസ് അപ്പോസ്തലൻ കർത്താവിന്റെ വരവിനെപറ്റി ഇപ്രകാരം പറയുന്നു.

കർത്താവിന്റെ ദിവസമോ കള്ളനെപ്പോലെ വരും അന്ന് ആകാശം കൊടും മുഴക്കത്തോടെ ഒഴിഞ്ഞു പോകും. മൂലപദാർത്ഥങ്ങൾ കത്തിയഴികയും ഭൂമിയും അതിലുള്ള പണികളും വെന്തുപോകയും ചെയ്യും (2 പത്രൊ 3:10), മലാഖി പ്രവാചകൻ കർത്താവിന്റെ വരവിനെക്കുറിച്ച് ഇപ്രകാരം പറയുന്നു: ചൂളപോലെ കത്തുന്ന ഒരു ദിവസം വരും; അപ്പോൾ അഹങ്കാരികൾ ഒക്കെയും സകല ദുഷ്പ്രവൃത്തിക്കാരും താളടിയാകും എന്നു സൈന്യങ്ങളുടെ യഹോവ അരുളിച്ചെയ്യുന്നു. എന്റെ നാമത്തെ ഭയപ്പെടുന്ന നിങ്ങൾക്കോ നീതിസൂര്യൻ തന്റെ ചിറകിൻ കീഴിൽ രോഗോപശാന്തിയോടുകൂടെ ഉദിക്കും. നിങ്ങളും പുറപ്പെട്ട് തൊഴുത്തിൽ നിന്ന് വരുന്ന പശുക്കിടാങ്ങളെപ്പോലെ തുള്ളിച്ചാടും (മലാഖി 4:1,2).

ഈ കാണുന്ന ആകാശവും ഭൂമിയും ഏറെത്താമസിയാതെ കത്തിനശിക്കും എന്ന് പത്രോസ് അപ്പോസ്തലനും പ്രവാചകന്മാരും, യേശു ക്രിസ്തുവും സാക്ഷീകരിക്കവെ ശാസ്ത്രവും ഇതുതന്നെ ആവർത്തിക്കുന്നു.

ഭൂമിയെ കത്തിക്കേണ്ടതായ ദ്രാവകം അന്തരീക്ഷത്തിൽ പടർന്നു കൊണ്ടിരിക്കുന്നു. ഏതു നിമിഷവും ഭൂമി കത്തും.

ഈ കാണുന്ന സമസ്തവും കത്തിനശിക്കാൻ പോകുന്നു എന്ന വസ്തുത നാം മനസ്സിലാക്കി.

പത്രോസ് അപ്പോസ്തലൻ വീണ്ടും ഇതിനെക്കുറിച്ച് പറയു ന്നത്: ഇങ്ങനെ ഇവ ഒക്കെയും അഴിയാനുള്ളതായിരിക്കയാൽ ആകാശം ചുട്ടഴിവാനും മൂല പദാർത്ഥങ്ങൾ വെന്തുരുകുവാനും ഉള്ള ദൈവദിവസത്തിന്റെ വരവ് കാത്തിരുന്നും ബദ്ധപ്പെടുത്തിയും കൊണ്ട് നിങ്ങൾ എത്ര വിശുദ്ധ ജീവനവും ഭക്തിയും ഉള്ളവർ ആയിരിക്കേണം. എന്നാൽ നാം അവന്റെ വാഗ്ദത്ത പ്രകാരം നീതി വസിക്കുന്ന പുതിയ ആകാശത്തിനും പുതിയ ഭൂമിക്കുമായിട്ട് കാത്തിരിക്കുന്നു (2 പത്രാ 3:11-13).

നീതി വസിക്കുന്ന സ്ഥലമാണ് സ്വർഗ്ഗം അവിടെ എപ്രകാരമുള്ളവർ പ്രവേശിക്കും എന്ന് യേശുതന്നെ പറഞ്ഞു.

എന്നോട് കർത്താവേ, കർത്താവേ എന്നു പറയുന്ന ഏവനുമല്ല , സ്വർഗ്ഗസ്ഥനായ എന്റെ പിതാവിന്റെ ഇഷ്ടം ചെയ്യുന്നവനത്രേ സ്വർഗ്ഗ രാജ്യത്തിൽ കടക്കുന്നത്" (മത്താ 7:21).

ഒരു പാപിപോലും നശിച്ചുപോകുന്നത് ദൈവത്തിന് ഇഷ്ടമല്ല. എല്ലാവരും മാനസ്സാന്തരപ്പെടുവാൻ അവിടന്ന് ആഗ്രഹിക്കുന്നു. ഒരു മനുഷ്യൻ തന്റെ പാപങ്ങളെ ഏറ്റുപറഞ്ഞ് ഉപേക്ഷിച്ച് മാനസ്സാന്തരപ്പെട്ട് തിരിയുമ്പോൾ, സ്വർഗ്ഗത്തിൽ വലിയ സന്തോഷം ഉണ്ടാകും എന്ന് യേശു പറഞ്ഞു. ഇത് ലോകത്തിൽ തന്റെ പരസ്യ ശുശ്രൂഷയുടെ ആരംഭത്തിൽ തന്നെ അവിടന്ന് ഇപ്രകാരം പറഞ്ഞു.

മാനസാന്തരപ്പെടുവിൻ സ്വർഗ്ഗരാജ്യം സമീപിച്ചിരിക്കുന്നു മാനസാന്തരപ്പെടാഞ്ഞാൽ നിങ്ങൾ എല്ലാവരും അങ്ങനെതന്നെ നശിച്ചു പോകുമെന്ന് ഞാൻ നിങ്ങളോട് പറയുന്നു (ലൂക്ക 13:3) (അപ്പോ 17:30,31).

പ്രിയമുള്ളവരെ ഒരു കുഞ്ഞിന്റെ നല്ല ഭാവിക്ക് വേണ്ടി അതിന്റെ മാതാപിതാക്കൾ ആഗ്രഹിക്കുന്നതിലേറെ സകല ജാതികളും മാന സാന്തരപ്പെട്ട് രക്ഷപ്പെടുവാൻ അവിടന്ന് ആഗ്രഹിക്കുന്നു. ആയതി നാൽ തിരുവചനം ഇപ്രകാരം പറയുന്നു.

37

മനുഷ്യന്റെ രക്ഷക്ക് ഒരേ ഒരു നാമം മാത്രം

മറ്റൊരുത്തനിലും രക്ഷയില്ല നാം രക്ഷിക്കപ്പെടുവാൻ ആകാശത്തിൻകീഴിൽ മനുഷ്യരുടെ ഇടയിൽ നൽകപ്പെട്ട വേറൊരു നാമമവും ഇല്ല (അപ്പോ 4:12).

കർത്താവായ യേശുവിൽ വിശ്വസിക്ക എന്നാൽ നീയും നിന്റെ കുടുംബവും രക്ഷിക്കപ്പെടും (അപ്പോ 16:30,31).

യേശുവിനെ ഒരു മതത്തിന്റെയോ ഒരു ജാതിയുടേയോ ഒരു സഭയുടെയോ മാത്രം ദൈവമായി ആരും കാണരുത്. സകല ജാതി കൾക്കുമുള്ള രക്ഷകനാണ് യേശു; ലോകത്തിന്റെ പാപം ചുമക്കുന്ന ദൈവത്തിന്റെ കുഞ്ഞാട് (യോഹ 1:29, 1 യോ 2:2).

സകലജാതികളുമായുള്ളോരെ കർത്താവായ യേശുവിനെ എതിരോൽൻ നിങ്ങൾ ആഗ്രഹിക്കുന്നുവെങ്കിൽ ഇന്ന് തന്നെ നിങ്ങളുടെ സകല പാപങ്ങളും യേശുവോടു ഏറ്റ് പറഞ്ഞ് ഉപേക്ഷിച്ച് വിശുദ്ധ ജീവിതം നയിച്ച് രക്ഷകനെ എതിരേല്പാൻ ഒരുങ്ങുമോ? മേലിൽ പാപം ചെയ്യുന്നവൻ പിശാചിന്റെ മകൻ ആകുന്നു (1 യോഹ 3:8,9).

38

ഇപ്രകാരം ഒരുങ്ങുക (വെളി 14:12)

ദൈവകല്പനയും യേശുവിന്റെ വിശ്വാസവും കാത്തുകൊള്ളുന്ന വിശുദ്ധന്മാരുടെ സഹിഷ്ണുതകൊണ്ടു ഇവിടെ ആവശ്യം (വെളി 14:12) എന്നു ദൈവവചനം പറയുന്നു. അവിടത്തെ വേഗം വരവിനെ ഇതാ നമ്മുടെ ദൈവം കാത്തിരിക്കുന്ന ദൈവജനം കർത്താവിനെ വേഗം കാണും. അവർ കാണുമ്പോൾ ഇപ്രകാരം വിളിച്ചു പറയും. അവനെയത്രേ നാം കാത്തിരുന്നത് അവൻ നമ്മെ രക്ഷിക്കും. അവൻ നമ്മുടെ യഹോവ അവനെയത്രേ നാം കാത്തിരുന്നത് അവന്റെ രക്ഷയിൽ നമുക്ക് ആനന്ദിച്ച് സന്തോഷിക്കാം എന്നവർ പറയും (യെശ 25:9).

"കർത്താവ് താൻ ഗംഭീരനാദത്തോടും പ്രധാന ദൂതന്റെ ശബ്ദ ത്തോടും ദൈവത്തിന്റെ കാഹളത്തോടും കൂടെ സ്വർഗ്ഗത്തിൽ നിന്ന് ഇറങ്ങിവരികയും ക്രിസ്തുവിൽ മരിച്ചവർ മുമ്പേ ഉയിർത്തെഴു ന്നേൽക്കുകയും ചെയ്യും. പിന്നെ ജീവനോടെ ശേഷിക്കുന്ന നാം അവരോട് ഒരുമിച്ച് ആകാശത്തിൽ കർത്താവിനെ എതിരേൽക്കാൻ മേഘങ്ങളിൽ എടുക്കപ്പെടും; ഇങ്ങനെ നാം എപ്പോഴും കർത്താവി നോടുകൂടെ ഇരിക്കും." (1 തെസ്സ് 4:16:17)

യഹോവയെ കാത്തിരിക്കുന്നവർ ശക്തിയെ പുതുക്കും രൂപാന്തരം പ്രാപിച്ച് അവർ കർത്താവിനെ എതിരേല്പ്പാൻ വാനമേഘങ്ങളിൽ എടുക്കപ്പെടും (യെശ 40:31)

ദൈവകല്പന അനുസരിക്കാതെയും യേശുവിന്റെ വിശ്വാസം കാത്തുകൊള്ളാതെയും ഇരിക്കുന്ന ഭൂമിയിലെ സകല രാജാക്കന്മാരും മഹത്തുക്കളും സഹസ്രാധിപന്മാരും ധനവാന്മാരും ബലവാന്മാരും, സകല ദാസനും സ്വതന്ത്രനും ഗുഹകളിലും മലപ്പാറകളിലും ഒളിച്ചു കൊണ്ട്, മലകളോടും പാറകളോടും ഞങ്ങളുടെ മേൽ വീഴുവിൻ; സിംഹാസനത്തിലിരിക്കുന്നവന്റെ മുഖം കാണാതവണ്ണവും കുഞ്ഞാടിന്റെ

കോപം തട്ടാതവണ്ണവും ഞങ്ങളെ മറപ്പിൻ അവരുടെ മഹാ കോപദിവസം വന്നുവല്ലോ, ആർക്ക് നിലനിൽക്കാൻ കഴിയും. എന്നു പറഞ്ഞു (വെളി 6:15-17).

39

കാണുന്ന എല്ലാം ഇളകിപ്പോകും

പുസ്തക ചുരുൾ ചുരുട്ടും പോലെ ആകാശം മാറിപ്പോകും, എല്ലാ മലയും ദ്വീപും സ്വസ്ഥാനത്തു നിന്ന് ഇളകിപ്പോകും. ഇതാ ദൈവം എല്ലാം പുതുതാക്കുന്നു. തന്റെ വരവ് കാത്തിരിക്കുന്ന ജനത്തിനായി.

40

പുതിയയെരുശലേം എന്ന വിശുദ്ധനഗരം വിശുദ്ധ യോഹന്നാൻ അതു കണ്ടു

ഞാൻ പുതിയ ആകാശവും പുതിയ ഭൂമിയും കണ്ടു. ഒന്നാമത്തെ ആകാശവും ഒന്നാമത്തെ ഭൂമിയും ഒഴിഞ്ഞുപോയി. സമുദ്രവും ഇനിയില്ല. പുതിയ യെരുശലേം എന്ന വിശുദ്ധ നഗരം ഭർത്താവിനായി അലങ്കരിച്ചിട്ടുള്ള മണവാട്ടിയെപ്പോലെ ഒരുങ്ങി സ്വർഗ്ഗത്തുനിന്ന്, ദൈവസന്നിധിയിൽ നിന്നു തന്നെ, ഇറങ്ങുന്നതും ഞാൻ കണ്ടു. സിംഹാസനത്തിൽ നിന്നു ഒരു മഹാശബ്ദം പറയുന്നതായി ഞാൻ കേട്ടത്, ഇതാ മനുഷ്യരോട് കൂടെ ദൈവത്തിന്റെ കൂടാരം അവിടന്ന് അവരോടു കൂടെ വസിക്കും. അവർ അവിടത്തെ ജനമായും ഇരിക്കും. ദൈവം താൻ അവരുടെ ദൈവമായും

അവരോട് കൂടെ ഇരിക്കും. അവിടന്ന് അവരുടെ കണ്ണിൽ നിന്ന് കണ്ണുനീരെല്ലാം തുടച്ചുകളയും ഇനി മരണം ഉണ്ടാവുകയില്ല ഒന്നാമത്തേത് കഴിഞ്ഞുപോയി.

സിംഹാസനത്തിൽ ഇരിക്കുന്നവൻ, ഇതാ ഞാൻ സകലവും പുതുതാക്കുന്നു എന്ന് അരുളിച്ചെയ്തു. എഴുതുക ഈ വചനം വിശ്വാസ യോഗ്യവും സത്യവും ആകുന്നു എന്ന് അവിടന്ന് കല്പിച്ചു (വെളി 21 : 1-5).

41

പുതിയ ആകാശത്തിലേയും പുതിയ ഭൂമിയിലേയും അനുഭവങ്ങൾ

യെശയ്യാ പ്രവാചകനിലൂടെ ദൈവം അരുളി ചെയ്തു. (യെശ യ്യാവ് 65:17,18)

ഇതാ ഞാൻ പുതിയ ആകാശവും പുതിയ ഭൂമിയും സൃഷ്ടിക്കുന്നു. മുമ്പിലത്തവ ആരും ഓർക്കുകയില്ല; ആരുടെയും മനസ്സിൽ വരികയുമില്ല. ഞാൻ സൃഷ്ടിക്കുന്നതിനെക്കുറിച്ച് നിങ്ങൾ സന്തോഷിച്ച് എന്നേക്കും ഘോഷിച്ചുല്ലസിപ്പിൻ; ഇതാ ഞാൻ യെരുശലേമിനെ ഉല്ലാസപ്രദമായും അതിലെ ജനത്തെ ആനന്ദപ്രദമായും സൃഷ്ടിക്കുന്നു.

വീണ്ടും പ്രവാചകനിലൂടെ എപ്രകാരമാണ് വീണ്ടെടുക്കപ്പെട്ട വരെ നിലനിർത്തുന്നു എന്നതിന്റെ ഉറപ്പിനെ വിളിച്ചറിയിക്കുന്നു. (യെശയ്യാവ് 66:22)

ഞാൻ ഉണ്ടാക്കുന്ന പുതിയ ആകാശവും പുതിയ ഭൂമിയും എന്റെ മുമ്പാകെ നിലനിൽക്കുന്നതുപോലെ നിങ്ങളുടെ സന്തതിയും നിങ്ങളുടെ പേരും നിലനിൽക്കും എന്നു യഹോവയുടെ അരുളപ്പാട്. ലോകത്തിന്റെ വെളിച്ചമായവന്റെ തേജസിനാൽ ലോകമെല്ലാം ശോഭിക്കുമെന്ന് മോശയിലൂടെ അരുളിചെയ്തു. (സംഖ്യ 14:21)

എങ്കിലും എന്നാണ് ഭൂമിയെല്ലാം യഹോവയുടെ തേജസ്സു കൊണ്ടു നിറഞ്ഞിരിക്കും. വിശുദ്ധ പത്രോസ് എഴുതി വാഗ്ദത്ത നിവർത്തിക്കായി കാത്തിരിക്കുന്നവർ എപ്രകാരം ഒരുങ്ങി കാത്തിരിക്കണം എന്ന് ആജ്ഞാപിച്ചു. (2 പത്രോസ് 3:13,14)

എന്നാൽ നാം അവന്റെ വാഗ്ദത്ത പ്രകാരം നീതി വസിക്കുന്ന പുതിയ ആകാശത്തിനും പുതിയ ഭൂമിക്കുമായിട്ടു കാത്തിരിക്കുന്നു. അതുകൊണ്ട് പ്രിയമുള്ളവരെ, നിങ്ങൾ ഇവയ്ക്കായി കാത്തിരിക്കയാൽ അവൻ നിങ്ങളെ

കറയും കളങ്കവും ഇല്ലാത്തവരായി സമാധാ നത്തോടെ കാൺമാൻ ഉത്സാഹിച്ചുകൊണ്ടു നമ്മുടെ കർത്താവിന്റെ ദീർഘക്ഷമയെ രക്ഷ എന്നു വിചാരിപ്പിൻ.

അങ്ങനെ യഹോവയാൽ വീണ്ടെടുക്കപ്പെട്ടവർ മടങ്ങി ഉല്ലാസഘോഷത്തോടെ സീയോനിലേക്കും വരും; നിത്യാനന്ദം അവരുടെ തല മേൽ ഉണ്ടായിരിക്കും; അവർ ആനന്ദവും സന്തോഷവും പ്രാപിക്കും; ദുഃഖവും നെടുവീർപ്പും ഓടിപ്പോകും.(യെശയ്യാവ് 35:10)

പുതിയ യെരുശലേമിൽ ആരാധനകൾ കൃത്യമായി നടക്കും സകലരും ദൈവത്തിന്റെ സന്നിധിയിൽ കൂടിവരും. (യെശയ്യാവ് 66:23) പിന്നെ അമാവാസിതോറും ശബ്ദത്തുതോറും സകല ജഡവും എന്റെ സന്നിധിയിൽ നമസ്ക്കരിക്കാൻ വരും എന്നു യഹോവ അരുളിച്ചെയ്യുന്നു. പുഴുവും തുരുമ്പും കെടുക്കയും കള്ളന്മാരും അവിടെയില്ല എന്ന് കർത്താവ് തന്നെ ഉറപ്പ് തന്നിരിക്കുന്നു. (മത്തായി 6:19,20)

പുഴുവും തുരുമ്പും കെടുക്കയും കള്ളന്മാരും തുരന്നു മോഷ്ടിക്കയും ചെയ്യുന്ന ഈ ഭൂമിയിൽ നിങ്ങൾ നിക്ഷേപം സ്വരൂപിക്കരുത്. പുഴുവും തുരുമ്പും കെടുക്കാതെയും കള്ളന്മാർ തുരന്നു മോഷ്ടിക്കാതെയുമിരിക്കുന്ന സ്വർഗ്ഗത്തിൽ നിക്ഷേപം സ്വരൂപിച്ചുകൊൾവിൻ. പ്രവാചകൻ അരുളിചെയ്തു ദുഷ്ടത പ്രവൃത്തിക്കുന്ന ഒന്നും അവിടെ കാണുകയില്ല, വീണ്ടെടുക്കപ്പെട്ടവർ മാത്രം അവിടെ കാണും. (യെശയ്യാവ് 35:9)

ഒരു സിംഹവും അവിടെ ഉണ്ടാകയില്ല; ഒരു ദുഷ്ടമൃഗവും അവിടെ കയറിവരികയില്ല; ആ വകയെ അവിടെ കാണുകയില്ല; വീണ്ട ടുക്കപ്പെട്ടവർ അവിടെ നടക്കും. അതിശയിപ്പിക്കുന്ന കാഴ്ചകളെക്കുറിച്ച് പ്രവാചകൻ എഴുതി (യേശയ്യാവ് 11:6)

ചെന്നായ് കുഞ്ഞാടിനോടുകൂടെ പാർക്കും, പുള്ളിപ്പുലി കോലാട്ടുകുട്ടിയോടു കൂടെ കിടക്കും; പശുക്കിടാവും ബാല സിംഹവും തടിപ്പിച്ച മൃഗവും ഒരുമിച്ചു പാർക്കും ഒരു ചെറിയ കുട്ടി അവയെ നടത്തും.

മുലകുടിക്കുന്ന ശിശു സർപ്പത്തിന്റെ പോതിങ്കൽ കളിക്കും; മുല കുടി മാറിയ പൈതൽ അലിയുടെ പൊത്തിൽ കൈ ഇടും. (യെശയ്യാവ് 11:8)

ദൈവത്തിന്റെ ജനം സ്വര്യമുള്ള സങ്കേതങ്ങളിൽ പാർപ്പിക്കുമെന്ന് ദൈവത്തിന്റെ ഉറപ്പ്. (യെശയ്യാവ് 32:17,18)

നീതിയുടെ പ്രവൃത്തി സമാധാനവും നീതിയുടെ ഫലം ശാശ്വതവിശാമവും നിർഭയതയും ആയിരിക്കും. എന്റെ ജനം സമാധാന നിവാസത്തിലും നിർഭയവസതികളിലും സ്വരമുള്ള വിശ്രമ സ്ഥലങ്ങളിലും പാർക്കും.

രാത്രിയില്ലാത്ത രാജ്യം (വെളിപ്പാട് 21:25)

അതിന്റെ ഗോപുരങ്ങൾ പകൽക്കാലത്ത് അടയ്ക്കുകയില്ല; രാത്രി അവിടെ ഇല്ലല്ലോ.

യേശുക്രിസ്തുവിന്റെ വെളിപ്പാട്; വേഗത്തിൽ സംഭവിക്കാനുള്ളത് തന്റെ ദാസന്മാരെ കാണിക്കേണ്ടതിനു ദൈവം അത് അവനു കൊടുത്തു. അവൻ അത് തന്റെ ദൂതൻ മുഖാന്തരം അയച്ച് തന്റെ ദാസനായ യോഹന്നാനു പ്രദർശിപ്പിച്ചു. അവൻ ദൈവത്തിന്റെ വചനവും യേശുക്രിസ്തുവിന്റെ സാക്ഷ്യവുമായി താൻ കണ്ടതൊക്കെയും സാക്ഷീകരിച്ചു.

പിന്നെയും അവൻ എന്നോട് അരുളിച്ചെയ്തത്. സംഭവിച്ചു തീർന്നു. ഞാൻ അല്ഫയും ഓമേഗയും ആദിയും അന്തവും ആകുന്നു; ദാഹിക്കുന്നവന്നു ഞാൻ ജീവനീരുറവിൽ നിന്നു സൗജ ന്യമായി കൊടുക്കും. ജയിക്കുന്നവന് ഇത് അവകാശമായി ലഭിക്കും; ഞാൻ അവന് ദൈവവും അവൻ എനിക്കു മകനുമായിരിക്കും. എന്നാൽ ഭീരുക്കൾ, അവിശ്വാസികൾ, അറക്കപ്പെട്ടവർ, കൊലപാ തകന്മാർ, ദുർന്നടപ്പുകാർ, ക്ഷുദ്രക്കാർ, ബിംബാരാധികൾ എന്നിവർക്കും ഭോഷ്ക് പറയുന്ന ഏവർക്കും ഉള്ള ഓഹരി തീയും ഗന്ധകവും കത്തുന്ന പൊയ്കയത്രേ; അതു രണ്ടാമത്തെ മരണം. (വെ ളി 21:6-8).

ദൈവം ഇപ്രകാരം പറയുന്നു. ഇതാ ഞാൻ ജീവന്റെയും മരണത്തിന്റെയും വഴി നിങ്ങളുടെ മുമ്പിൽ വെയ്ക്കുന്നു; നിങ്ങൾക്ക് ഇഷ്ടമുള്ളത് തിരഞ്ഞെടുക്കാം.

ഒന്നാം മരണത്തിന് മുമ്പ് തന്നെ നിങ്ങൾ ഒന്നുകിൽ രണ്ടാം മരണം അല്ലെങ്കിൽ നിത്യജീവൻ തിരഞ്ഞെടുക്കേണ്ടതുണ്ട്. ഒന്നാം മരണത്തിന് ശേഷം തിരഞ്ഞെടുപ്പിന് ആർക്കും ഒരവസരവും അല്ലെങ്കിൽ വഴികളും ദൈവം വെച്ചിട്ടില്ല. ആകയാൽ നിങ്ങൾ ജീവനോടിരിക്കുന്ന ഇന്ന് നിത്യജീവനെ തിരഞ്ഞെടുത്തുകൊൾക. നാളെ നമുക്കുള്ളതല്ല.

തിരുവചനം ഇപ്രകാരം പറയുന്നു: ഇന്ന് സുപ്രസാദകാലം, ഇന്ന് രക്ഷയുടെ ദിവസം. ഇന്ന് നിങ്ങൾ അവിടത്തെ ശബ്ദം കേൾക്കുന്നു എങ്കിൽ നിങ്ങളുടെ ഹൃദയങ്ങളെ കഠിനമാക്കരുത് (എബ്രാ 3:15). മഹതിയാം ബാബിലോണിന്റെ പാപങ്ങളിൽ കൂട്ടാളികളാകാതെയും അവളുടെ ബാധകളിൽ ഓഹരിക്കാരാകാതെയും ഇരിക്കാൻ അവിടം വിട്ടു പോരുവിൻ. അവളുടെ പാപം ആകാശത്തോളം കുന്നിച്ചിരിക്കുന്നു (വെളി 18:4,5)

അതുകൊണ്ടു വിശുദ്ധ പൗലോസ് അപ്പോസ്തലൻ പറയുന്നു എന്നാൽ അറിയായ്മയുടെ കാലങ്ങളെ ദൈവം ലക്ഷ്യമാക്കാതെ ഇപ്പോൾ എല്ലായിടത്തും എല്ലാവരും മാനസാന്തരപ്പെടണമെന്നു മനുഷ്യരോട് കല്പിക്കുന്നു. താൻ നിയമിച്ച പുരുഷൻ മുഖാന്തിരം ലോകത്തെ നീതിയിൽ ന്യായം വിധിക്കാൻ അവിടന്നു ഒരു ദിവസത്തെ നിശ്ചയിച്ചു. യേശുവിനെ മരിച്ചവരിൽ നിന്നു

ഉയർത്തെഴുന്നേൽപ്പിച്ചതിനാൽ എല്ലാവർക്കും അതിന്റെ ഉറപ്പു നൽകിയുമിരിക്കുന്നു (അപോ 17:30,31).

അതെ, നിങ്ങൾക്കു രക്ഷപ്പെടുവാൻ ഇനിയും അവസരമുണ്ട്. ദൈവത്തിൽ വിശ്വസിക്കുക. മാനസാന്തരപ്പെട്ടു ദൈവത്തെ അനുസരിച്ച് ജീവിക്കുക (ലൂക്കൊ 10:25-28).

വരാനിരിക്കുന്ന സകല നാശത്തിൽ നിന്നും ഒഴിഞ്ഞു, കർത്താവിന്റെ തിരുമുഖം കാണുവാൻ നിങ്ങൾ ആഗ്രഹിക്കുന്നുവെങ്കിൽ നിങ്ങൾ ആത്മികമായി ഒരുങ്ങേണ്ടത് ആവശ്യമാണ്. ഒരു ദിവസം പോലും മുടങ്ങാതെ വിശുദ്ധ ബൈബിൾ വായിക്കുകയും വചനാനുസൃതം ജീവിക്കയും ചെയ്യുവിൻ. ഇടവിടാതെ പ്രാർത്ഥിക്കുക. ഈ ലോക ജീവിതങ്ങളിൽ നടന്നു കാലം പോക്കിയതു മതി. ഇനി അതിനുള്ള സമയമല്ലാ സമയം പാഴാക്കരുത്.

നിങ്ങളെ ആത്മികമായി സഹായിക്കാൻ ഞങ്ങൾ എപ്പോഴും ഒരുക്കമാണ്. ഞങ്ങളുടെ സന്ദർശനം, ബൈബിൾ ക്ലാസ്സ്, സൗജന്യ ലഘുലേഖ, മലയാളം, തമിഴ്, ഇംഗ്ലീഷ് ആത്മീക പുസ്തകങ്ങൾ, രോഗികൾക്കുവേണ്ടിയുള്ള ഞങ്ങളുടെ പ്രത്യേക പ്രാർത്ഥന, സൗജന്യ തപാൽ വേദപാഠങ്ങൾ എന്നിവയ്ക്കായി ഞങ്ങളുമായി ബന്ധപ്പെടുക. ദൈവം നമ്മെ അനുഗ്രഹിക്കട്ടെ, '. കർത്താവായ യേശുവേ വേഗം വരേണമേ'!.

പുതിയ യെരുശലേമിനെക്കുറിച്ച് ഒരു ഗാനം

ശാശ്വതമായ വീടെനിക്കുണ്ട് സ്വർഗ്ഗനാടതിലുണ്ട് കർത്താവൊരുക്കുന്നുണ്ട്

1 . പാപമന്നാട്ടിലില്ല ഒരു ശാപവുമവിടെയില്ല നിത്യസന്തോഷം ശിരസ്സിൽ വഹിക്കും ഭക്ത ജനങ്ങളുണ്ട് - ഹല്ലേലുയ്യാ - ശാശ്വത

2. ഇരവും പകലെന്നില്ല. അവിടിരുളൊരു ലേശമില്ല വിതറിടും വെളിച്ചം നീതിയിൽ സൂര്യൻ അതുതമിയാനന്ദമായ് - ഹല്ലേലുയ്യാ - ശാശ്വത

3. ഭിന്നത അവിടെയില്ല കക്ഷി ഭേദങ്ങളൊന്നുമില്ല ഒരു പിതൃസുതരായ് ഒരുമിച്ചു വാഴു ന്നനുഗ്രഹ ഭവനമതാം - ഹല്ലേലുയ്യാ - ശാശ്വത

4. വഴക്കുകളൊന്നുമില്ല പണിമുടക്കുകൾ വരികയില്ല മനുഷ്യരിൽ ദരിദ്രർ ധനികരെന്നില്ല ഏകശരീരമവർ - ഹല്ലേലുയ്യാ - ശാശ്വത

5. കണ്ണീരവിടെയില്ല, ഇനി മരണമുണ്ടാകയില്ല അരുമയോടേശുവിന്നരികിൽ നാം നിത്യം ഒരുമിച്ചു വാഴുകയാം - ഹല്ലേലുയ്യാ - ശാശ്വത

42
സാക്ഷീകരണം

അത്യുന്നതനായ ദൈവം എന്നിൽ പ്രവർത്തിച്ച അടയാളങ്ങളും അത്ഭുതങ്ങളും പ്രസിദ്ധമാക്കുന്നത് നല്ലതെന്ന് എനിക്ക് തോന്നിയിരിക്കുന്നു (ദാനി 4:1-3) എന്ന് നെബുഖദ്നേസർ രാജാവിന് തോന്നിയതുപോലെ നമ്മിലും ദൈവം പ്രവർത്തിച്ച അത്ഭുതങ്ങളും അടയാളങ്ങളും പ്രസിദ്ധമാക്കേണ്ടതല്ലോ.

കർത്താവിനെ സ്വന്ത രക്ഷിതാവായി സ്വീകരിച്ചിരിക്കുന്ന ഏതൊരു വ്യക്തിയും, കുടുംബവും, സഭയും കർത്താവിൽ നിന്ന് ലഭിച്ചിരിക്കുന്ന നിത്യജീവന്റെ വെളിച്ചം പാപത്തിന്റെ കൂരിരുട്ടിൽ ഇരിക്കുന്ന ലോകജനതയ്ക്ക് സാക്ഷീകരണമായി പ്രതിഫലിപ്പിക്കേണ്ടവരാണ്. കാരണം കർത്താവ് പറഞ്ഞു നിങ്ങൾ ലോകത്തിന്റെ വെളിച്ചം ആകുന്നു. ഇവർക്ക് സാക്ഷീകരണത്തിന്റെ അധികാരവും അവകാ ശവും നൽകികൊണ്ട് യേശു തുടർന്നു; നിങ്ങൾ ഭൂലോകത്തിൽ ഒക്കെയും പോയി സകല സൃഷ്ടികളോടും സുവിശേഷം പ്രസംഗി പിൻ; വിശ്വസിക്കയും സ്നാനം ഏൽക്കയും ചെയ്യുന്നവൻ രക്ഷിക്കപ്പെടും. വിശ്വസിക്കാത്തവർ ശിക്ഷാവിധിയിൽ അകപ്പെടും. അവിടന്ന് നിർദ്ദേശിച്ചു; ഞാൻ നിങ്ങളോട് കല്പിച്ചതൊക്കെയും അനുസരിപ്പാൻ തക്കവണ്ണം ഉപദേശിച്ചുകൊണ്ട് സകല ജാതികളെയും ശിഷ്യരകിക്കോൾവിൻ ആകയാൽ പ്രിയമുള്ളവരെ സാക്ഷീകരണം കൂടാതെയും അനുസരണം ഇല്ലാതെയും ക്രിസ്തുവിന്റെ ശിഷ്യനായിരിക്കാൻ ആർക്കും കഴികയില്ല സാക്ഷീകരണവും അനുസരണവുമുള്ള ജനമാണ് ദൈവത്തിന്റെ പ്രത്യേക സമ്പത്ത്. ഇവർക്കുള്ള പ്രതിഫലവും കൊണ്ടാണ് ക്രിസ്തുവരുന്നത്. ആകയാൽ സാക്ഷീകരണവും അനുസരണവും ഇല്ലാത്ത ഒരു ജീവിതമാണ് നാം നയിക്കുന്നതെങ്കിൽ അത് വലിയ ഒരു അപകടമാണ്.

ക്രിസ്തു പറഞ്ഞു: നിങ്ങൾ ഈ ഭൂമിയിൽ എനിക്ക് സാക്ഷികളാകുന്നില്ല എങ്കിൽ ഞാൻ നിങ്ങൾക്ക് വേണ്ടി സ്വർഗ്ഗത്തിൽ പിതാവിന്റെയും ദൂതന്മാരുടെയും മുമ്പിൽ സാക്ഷ്യം പറയുകയില്ല. സാക്ഷികളുടെ വലിയൊരു

സമൂഹം നമുക്ക് ചുറ്റും ഉണ്ട് എങ്കിലും ക്രിസ്തുവിന്റെ സാക്ഷ്യം മാത്രമാണ് നമുക്ക് നിത്യജീവൻ നൽകുന്നത്. ഇയ്യോബിന് ആ സാക്ഷ്യം ദൈവത്തിൽ നിന്നും ലഭിച്ചതു പോലെ നമുക്കും ക്രിസ്തുവിൽ നിന്ന് ലഭിക്കേണ്ടത് ആവശ്യമാണ്.

43

ശമര്യാസ്ത്രീയുടെ സാക്ഷ്യം

കിണറ്റിൻകരയിൽ ദാഹത്തോടിരിക്കുന്ന കർത്താവിന്റെ അടുക്കൽ ദാഹജലത്തിനായി ശമര്യക്കാരി സ്ത്രീ വന്നു. കർത്താവ് അവൾക്ക് നിത്യജീവന്റെ ജലം കൊടുത്തു. ഉടനെ അവൾ ആ സാക്ഷ്യവുമായി ശമര്യപ്പട്ടണത്തിൽ ചെന്ന് സാക്ഷീകരിച്ചു. ആ സാക്ഷ്യം ഹേതുവായി ആ പട്ടണത്തിലെ പലരും കർത്താവിൽ വിശ്വസിക്കയും തങ്ങളോട് കൂടെ പാർക്കുവാനും അവർ നിർബന്ധിച്ചു. അങ്ങനെ യേശു അവരോടുകൂടെ പാർത്തു.

44

ക്രൂശിലെ കള്ളന്റെ സാക്ഷ്യം

അനേക കള്ളസാക്ഷികളെ കൊണ്ടു വന്നിട്ടും നിരപരാധിയാണെന്ന് തെളിയിക്കപ്പെട്ടിട്ടും നീതിമാനായ കർത്താവിനെ ലോകം രണ്ടു കള്ളന്മാരുടെ മദ്ധ്യത്തിൽ ക്രൂശിച്ചു. ശരീരമാസകലം കുരിശിൽ വലിഞ്ഞ് മുറുകുമ്പോൾ പരിഹാസത്തിന്റെ മുറവിളി അനേകർ കൂട്ടുമ്പോൾ ക്രൂശിക്കപ്പെട്ട കള്ളന്മാരിൽ ഒരുവനും കർത്താവിനെ പരിഹസിച്ചു. മറ്റേ കള്ളനോ അവനോട് സമശിക്ഷാവിധിയിൽ ആയിരുന്നിട്ടും നീ ദൈവത്തെ ഭയപ്പെടുന്നില്ലയോ. നാമോ ന്യായമായ ശിക്ഷ അനുഭവിക്കുന്നു. നാം പ്രവർത്തിച്ചതിന് യോഗ്യമായതല്ലോ. ഇവനോ അരുതാത്തതൊന്നും ചെയ്തിട്ടില്ല. തന്റെ തെറ്റിനെ സമ്മതിച്ചു കൊണ്ട് താനൊരു പാപിയാണെന്നും കർത്താവ് നിരപരാധിയാണ് എന്നും ക്രൂശിൽ കിടന്നുകൊണ്ട് മറ്റെ കള്ളനോടും ക്രൂശിൻ ചുവട്ടിലെ സകലരോടും സാക്ഷ്യം വഹിച്ചുകൊണ്ട് വേദന കടിച്ചമർത്തികൊണ്ട് കണ്ണീരോടും വിറയ്ക്കുന്ന ചുണ്ടുകളോടും കർത്താവിങ്കലേക്ക് മുഖം തിരിച്ചുകൊണ്ട് അവൻ കേണു; “യേശുവേ അങ്ങ് രാജത്വം പ്രാപിച്ച് വരുമ്പോൾ എന്നെയും ഓർക്കണമേ” അവന്റെ അപേക്ഷ കേട്ട രക്ഷകൻ അവന്റെ സകല പാപവും ക്ഷമിച്ചു കൊടുത്തുകൊണ്ട് ഇപ്രകാരം പറഞ്ഞു. ഇന്ന് ഞാൻ നിന്നോട് പറയുന്നു നീ എന്നോടുകൂടെ പറുദീസയിൽ ഇരിക്കും എന്ന് സത്യം സത്യമായി നിന്നോട് പറയുന്നു (ലൂക്കോ 23:39-43).

താൻ സ്വർഗ്ഗ രാജ്യത്തിന് അവകാശിയാകും എന്ന് ഒരിക്കൽ പോലും ചിന്തിക്കാത്ത കള്ളന് കർത്താവ് സ്വർഗ്ഗം വാഗ്ദത്തം ചെയ്തു. ഈ വാഗ്ദത്തത്തിൽ അവന്റെ വേദന മുഴുവൻ മറന്ന് അവന്റെ മുഴുഹൃദയവും കർത്താവിനായി തുറന്നു കൊടുത്തു. പ്രിയമുള്ളവരെ ലോകം നിങ്ങളെ കള്ളനെന്നോ, വ്യഭിചാരിയെന്നോ, കൊള്ളരുതാത്തവനെന്നോ മുദ്രകുത്തിയേക്കാം. എന്നാൽ ദൈവത്തിന് നിങ്ങൾ ഏറ്റവും വിലപ്പെട്ടവരാണ്. ഒരു പാപിപോലും നശിച്ചു പോകുന്നത് കർത്താവിന് ഇഷ്ടമല്ല. എല്ലാവരും

മാനസാന്തരപ്പെട്ട് സ്വർഗ്ഗരാജ്യത്തിൽ അവകാശികളാകണം എന്ന് ക്രിസ്തു ആഗ്രഹിക്കുന്നു.

45

വ്യഭിചാരത്തിൽ പിടിക്കപ്പെട്ട സ്ത്രീ

വ്യഭിചാരത്തിൽ പരസ്യമായി പിടിക്കപ്പെട്ട സ്ത്രീയെ സമൂഹത്തിൽ മാന്യത നടിച്ച് ജീവിക്കുന്ന വ്യക്തികൾ അവളെ അപമാനിച്ചും, കല്ലെറിയുവാനും കർത്താവിന്റെ കാൽ കൊണ്ടുവന്നിട്ടു കർത്താവിനോട് പറഞ്ഞു.

ഇവളെ വ്യഭിചാരകർമ്മത്തിൽ പിടിച്ചിരിക്കുന്നു മോശയുടെ ന്യായപ്രമാണ പ്രകാരം ഈ കർമ്മത്തിൽ പിടിക്കപ്പെടുന്നവരെ കല്ലെറിഞ്ഞുകൊല്ലേണം എന്നു പറഞ്ഞിരിക്കുന്നു. നീ എന്തു പറയുന്നു എന്നു ചോദിച്ചു.

കർത്താവ്; നിങ്ങളിൽ പാപം ചെയ്യാത്തവനെല്ലാം ഒന്നാമതായി കല്ലെറിയട്ടെ എന്നു പറഞ്ഞുകൊണ്ട് നിലത്ത് എഴുതി. കർത്താവിന്റെ ഈ വാക്കും എഴുത്തും ഹേതുവായി കല്ലുകളുമായി നിന്ന ജനക്കൂട്ടം കല്ലുകളെല്ലാം താഴെ ഇട്ടേച്ച് സ്ഥലം വിട്ടു. സ്ത്രീ മാത്രം കർത്താവിന്റെ കാൽക്കൽ അവശേഷിച്ചു.

യേശു; സ്ത്രീയേ ആരും നിനക്ക് ശിക്ഷ വിധിച്ചില്ലയോ. ഇല്ല കർത്താവേ എന്നവൾ പറഞ്ഞു. യേശു; പോക ഞാനും ശിക്ഷ വിധിക്കുന്നില്ല മേലിൽ പാപം ചെയ്യരുത് എന്ന് പറഞ്ഞു.

പ്രിയമുള്ളവരേ നാം എല്ലാവരും ദൈവത്തിനുള്ളവരാണ്. കാരണം ദേശത്തെയും കുടിയിരിക്കാൻ തക്കവണ്ണം ദൈവം ഒരുവനിൽ നിന്നും മനുഷ്യജാതിയെ മുഴുവൻ ഉണ്ടാക്കി. ആകയാൽ നാം ആരായിരുന്നാലും ദൈവത്തിന്റെ മക്കളാകുന്നു. പക്ഷേ പാപമോചനവും വിശുദ്ധീകരണവും കൂടാതെ ആർക്കും ഒരു ജാതിക്കും ദൈവത്തെ പ്രസാദിപ്പിക്കുവാൻ സാധിക്കുകയില്ല. നന്മയും തിന്മയും ശുദ്ധവും അശുദ്ധവും സത്യവും അസത്യവും തമ്മിൽ വേർപിരിക്കപ്പെടാനുള്ള സമയം ആസന്നമായിരിക്കുന്നു. നന്മചെയ്തവർ ദൈവത്തിന്റെ മക്കളായി സ്വർഗ്ഗരാജ്യവും തിന്മ ചെയ്തവർ സാത്താന്റെ മക്കളായി നിത്യ നരകവും അവകാശമാക്കാൻ പോകുന്നു. നന്മ

ചെയ്യുന്ന ഏവനും ദൈവത്തിൽ നിന്നും ജനിച്ചിരിക്കുന്നു. ആകയാൽ അവർ പുതിയ സൃഷ്ടികൾ ആകുന്നു. ആകയാൽ എല്ലാ വ്യർത്ഥ ആരാധനകളിൽ നിന്നും വിട്ടൊഴിയേണം (അപ്പോ 14:15). നിങ്ങൾ ഈ വ്യർത്ഥകാര്യങ്ങളെ വിട്ട് ആകാശവും ഭൂമിയും സമുദ്രവും അവയിലുള്ള സകലവും ഉണ്ടാക്കിയ ജീവനുള്ള ദൈവത്തിങ്കലേക്ക് തിരിയേണം എന്നുള്ള സുവിശേഷം ഞങ്ങൾ നിങ്ങളോട് അറിയിക്കുന്നു.

46

കർത്താവിന്റെ മുന്തിരിത്തോട്ടത്തിൽ വേലക്കാരാകം

അപ്രകാരം തിരിയുന്ന ദൈവജനത്തെ ദൈവം തന്റെ മുന്തിരി തോട്ടത്തിൽ വേലചെയ്യാൻ മൂന്നാം മണിനേരത്തും ആറാം മണി നേരത്തും ഒമ്പതാം മണിനേരത്തും പതിനൊന്നാം മണിനേരത്തും വിളിച്ചിരിക്കുന്നു. പന്ത്രണ്ടാം മണിനേരത്ത് യജമാനൻ കൂലികൊടുക്കാൻ പോകുന്നതിന്റെ തൊട്ടടുത്ത സമയത്താണ് ഞാനും നിങ്ങളും അലസന്മാരായി മിനക്കെട്ട് ദൈവവേല ചെയ്യാതെ നിൽക്കുന്നത്. എന്നിട്ട് ഞങ്ങളെ ആരും വേലയ്ക്ക് വിളിക്കുന്നില്ല എന്ന പരാതിയും (മത്താ 20 :7,8).

എല്ലാവർക്കും ഒരുപോലെ കൂലി നൽകുന്ന ദൈവം; ഇപ്പോഴും ചോദിക്കുന്നു സാക്ഷീകരണത്തിനായി ആർ പോകും; യെശയ്യാ പറഞ്ഞതുപോലെ, ഇതാ അടിയൻ; അടയിനെ അയക്കേണമേ (യെശ 6:8) എന്ന് പറയാൻ നമുക്ക് സാധിക്കുമോ? കാരണം ഇനിയും ഒഴിവ് കഴിവുകൾ പറയാൻ സമയമില്ല. അന്ത്യ സാക്ഷീകരണത്തിനായി മൂന്ന് മാലാഖമാരുടെ ദൂതുമായി പുറപ്പെടുവാൻ; ബാബിലോണിന്റെ പാപങ്ങളിൽ കൂട്ടാളികളാകാതിരിക്കുന്ന ദൈവജനത്തെ വിടുവിക്കാൻ പരിശുദ്ധാത്മാവിന്റെ ശക്തി ആർജ്ജിച്ചുകൊണ്ട് ദൈവകല്പനയും യേശു വിന്റെ സാക്ഷ്യവുമായി പൂർണ്ണശക്തിയോടെ കൊടുങ്കാറ്റുപോലെ ലോകത്തെവിടെയും വീശിയടിക്കുവാൻ വേണ്ടി നാമമാത്രസഭകളിൽ നിന്നും എല്ലാ ജാതിമത വിഭാഗങ്ങളിൽ നിന്നും ഒരു ജനത്തെ വേർപെടുത്തി ദൈവത്തിന്റെ സത്യസഭയുടെ ദൂത് ഘോഷിക്കാൻ തക്കവണ്ണം ദൈവജനമെന്ന് അവകാശപ്പെടുന്ന ജനത്തിന്റെ ലംഘനങ്ങളെ മഹാ കാഹളംപോലെ ശബ്ദമുയർത്തി അവരുടെ ആകാത്ത വഴികളിൽ നിന്നും വിടുവിച്ചുകൊണ്ട്

പിൻമഴയുടെ അനുഭവം പ്രാപിക്കാനും കൊടിയ വഞ്ചനകളിൽ നിന്നും വിടുവിക്കപ്പെട്ട ദൈവജനം മുഴുവനും മഹാശക്തിയോടെ ഒന്നായി ദൈവത്തിന് സാക്ഷ്യം വഹിക്കും. ജീവനോടിരിക്കുന്ന ഇന്ന് നിങ്ങളും ഒരു സാക്ഷിയാകുമെന്ന് തീരുമാന മെടുക്കുമോ ? ലോകവും ലോകസമ്പത്തും ലോകജനവും തീക്കിരയാകാൻ പോകുന്നു. നിങ്ങളുടെ സർവ്വവും നിങ്ങളെയും പൂർണ്ണമായി കർത്താവിന് സമർപ്പിക്കുമോ അതിനായി ദൈവത്തിന്റെ പരിശുദ്ധാത്മാവ് നിങ്ങളെയും എന്നെയും ബലപ്പെടുത്തട്ടെ! ശക്തീകരിക്കട്ടെ. (1 കൊരിന്ത്യർ 10:11) ഇത് ദൃഷ്ടാന്തമായിട്ടു അവർക്കു സംഭവിച്ചു. ലോകാവസാനം വന്നെത്തിയിരിക്കുന്ന നമുക്ക് ബുദ്ധിയുപദേശത്തിന്നായി എഴുതിയുമിരിക്കുന്നു.

എന്ന് പ്രാർത്ഥനയോടെ

രാജൻ ആൻഡ്രൂസ്.

www.ingramcontent.com/pod-product-compliance
Ingram Content Group UK Ltd.
Pitfield, Milton Keynes, MK11 3LW, UK
UKHW041851190726
13854UKWH00002B/842

9 798888 155493